Lífið er yndislegt

Alheimslögmálin

Lífið er yndislegt

Alheimslögmálin

Hildur Þórðardóttir

LÍFIÐ ER YNDISLEGT - Alheimslögmálin
© Hildur Þórðardóttir 2021

Öll réttindi áskilin

Hönnun kápu og umbrot: Hildur Þórðardóttir

Bók þessa má ekki afrita með neinum hætti, svo sem ljósmyndun, prentun, hljóðritun eða á annan sambærilegan hátt, að hluta eða í heild, án skriflegs leyfis rétthafa og útgefanda.

ISBN 979 874 824 5296

Bókin er gefin út af Hildi Þórðardóttur

hildur.thordardottir@gmail.com
Facebook: Góðir straumar

*Ég er skapari lífs míns og allt sem gerist, hef ég
beðið um á einn eða annan hátt, mér til lærdóms
og andlegrar vakningar*

EFNISYFIRLIT

Inngangur	9
1. Lögmálið um guðlega einingu	17
2. Tíðnilögmálið	23
3. Lögmálið um samsvörun	33
4. Lögmál aðdráttaraflsins	45
5. Lögmálið um innblásnar gjörðir / Aðgerðalögmálið	59
6. Lögmálið um stöðuga umbreytingu orku	63
7. Lögmál orsaka og afleiðinga / Karmalögmálið	67
8. Lögmálið um endurgjöf	73
9. Afstæðislögmálið	77
10. Andstæðulögmálið	83
11. Lögmálið um kven- og karlorku: Yin og Yang	87
12. Rytmalögmálið	95
13. Lögmálið um orð og óskir	99
14. Lögmálið um yfirvarp	107
15. Mótstöðulögmálið	115
16. Lögmálið um ábyrgð	125
17. Athyglislögmálið	135
18. Lögmál fastheldni	141
19. Fyrirgefningarlögmálið	147
20. Þakklætislögmálið	151
21. Hið innra eins og hið ytra	155
Lokaorð	163

Inngangur

Um fimmtugt kom yfir mig mikil tilvistarkreppa. Ég var loksins búin að finna út hvað ég vildi gera þegar ég yrði stór, að skrifa bækur, en launin fyrir bækurnar dugðu ekki fyrir leigunni eða neinum kostnaði. Ég var búin með allan rétt til atvinnuleysisbóta og það eina í stöðunni var að fá mér venjulega launavinnu, sem þýddi að ég hefði enga orku til að skrifa.

Ísland er líka óþarfleg dýrt og því langaði mig að finna ódýrari stað þar sem ég gæti lifað af skriftum. Ég gaf eða seldi dótið mitt og keypti mér flugmiða aðra leiðina út í heim. Næstu þrjú árin ferðaðist ég um heiminn og vann sjálfboðavinnu eða passaði hús og gaf út tvær bækur í viðbót.

Þriðja árið var ég orðin afskaplega þreytt á flakkinu. Ég átti einn draum eftir og það var að setjast að í Frakklandi, svo ég ákvað að gefa því séns. En það er auðveldara að þvera Norðurpólinn en að setjast að í Frakklandi, svo ég gafst upp og eftir þriggja ára sjálfskipaða útlegð ákvað ég að koma aftur heim. Allir draumarnir voru búnir og ekkert eftir til að lifa fyrir.

Úr því að ég gat ekki lifað af skriftum þrátt fyrir sex útgefnar bækur, var enginn tilgangur með því að skrifa meira og ég yrði bara að fá mér launavinnu eins og eðlilegt fólk. Mér fannst mér hafa mistekist, jafnvel þótt reglulega hitti ég fólk sem lýsti yfir hrifningu með bækurnar mínar og hvetti mig til að halda áfram að skrifa. Ég var búin að missa trúna á drauminn og fannst ég ekkert hafa meira að skrifa.

Þegar ég hætti að vinna til að sinna bókaskrifum og útgáfu lofaði ég sjálfri mér að ráða mig aldrei aftur í fasta rútínuvinnu. En þegar þarna var komið og ég gat ekkert skrifað hvort sem var, hugsaði ég að það væri alveg eins gott að fá mér vinnu, í stað þess að hanga heima og bíða eftir að andinn kæmi yfir mig.

Planið var að fá mér vinnu sem væri svo andlaus að ég myndi fljótlega drepast úr leiðindum. Til að flýta fyrir ætlaði ég að láta krabbamein vaxa innra með mér og þar með þyrfti ég ekki að hafa lengur áhyggjur af þessu lífi. Ég sótti um aragrúa starfa, en þótt ég fengi boð í viðtöl gat ég ekki þvingað fram áhuga á starfinu og auðvitað skynjuðu stjórnendur það.

Mér fannst heldur ekki taka því að fara í mastersnám til að geta mögulega fengið áhugaverðara starf, því ég var ekki viss um að geta keyrt upp brennandi áhuga á nokkru öðru en bókaskrifum. Auk þess var engin trygging fyrir því að fá vinnu komin á minn aldur og þá sætu synir mínir uppi með námslánin þegar ég væri dauð. Það er nógu erfitt að koma undir sig fótunum svo maður þurfi ekki líka að borga námslán látinna foreldra. Auk þess var ekkert sem mig bráðlangaði að læra.

Hreint út sagt fannst mér ég vera orðin gömul og tækifærin búin. Að héðan í frá lægi lífið bara niður á við.

Þá kom mér í hug gamall maður sem ég umgekkst mikið þegar ég var lítil. Hann var fæddur 1898 og sagði mér frá því að þegar hann var fertugur fannst honum lítið eftir af lífinu, enda meðalaldur karlmanna ekki ýkja hár á þeim tíma.

Þá átti hann stóran eignarhlut í bílainnflutningsfyrirtæki sem átti eftir að verða eitt af stærstu fyrirtækjum landsins, en af því honum fannst hann orðinn svo gamall ákvað hann að selja hlutinn og ráða sig sem launamaður hjá fyrirtækinu. Hann endaði á því að vinna hjá fyrirtækinu í hálfa öld. Um nírætt var hann enn í fullu fjöri og hætti bara að vinna af því hann sá of illa til keyra. Þarna um fertugt, þegar honum fannst hann vera á grafarbakkanum, var hann ekki einu sinni hálfnaður með lífið.

Um daginn sá ég svo þátt um sænska konu sem var orðin 107 ára og ennþá fjallhress. Í þættinum talaði hún mikið um hvað hana langaði að ferðast til Kína, en læknirinn ráðlagði henni frá því sökum aldurs. Þáttastjórnandinn spurði hvort hún hefði viljað haga lífi sínu eitthvað öðruvísi og sagðist hún þá sjá eftir að hlusta ekki meira eftir eigin löngunum og láta draumana rætast. Fara til Kína þegar hún hafði enn aldur til.

Hvarflaði þá að mér að ef ég yrði 107 ára væri ég ekki einu sinni hálfnuð með ævina. Þegar ég færi að nálgast hundraðið myndi ég líta aftur til þess tíma þegar ég var fimmtug og hlæja að vitleysunni í mér. Ef ég bara hefði vitað allt sem ætti eftir að drífa á daga mína, þá hefði ég ekki verið að eyða tíma og orku í eitthvað tilvistarkreppukjaftæði.

Kannski við ættum bara öll að haga lífi okkar eins og við verðum að minnsta kosti 107 ára. Alltaf að reikna með að við eigum nóg eftir og að tækifærin séu endalaus.

Þegar ég var ákveðin í að geta ekki lifað af bókaskrifum, var auðvitað ekkert að gerast á þeim vígstöðvum. Auk þess var ég of upptekin við að sækja um störf sem mig langaði ekki í, skrifa kynningarbréf þar sem ég gerði mér upp falskan áhuga og hagræða ferilsskránni þannig að það liti út fyrir að ég væri endingargóð í starfi, sem ég er ekki. Mér fannst ég misheppnuð að geta ekki verið spennt fyrir þessum störfum og geta ekki verið eins og venjulegt fólk.

Þar sem við höfum frjálsan vilja gátu leiðbeinendur mínir heldur ekki sannfært mig um að ég ætti að halda áfram að skrifa bækur. Það var ekki fyrr en eftir að hafa tekist að fá smá áhuga á einu starfi sem ég fékk svo ekki, að ég skildi loksins að mér væri ekki ætlað að fá venjulega launavinnu. Morguninn eftir vaknaði ég með titilinn á þessari bók.

Ég vissi nefnilega að þegar við eru sannfærð um að lífið sé leiðinlegt og öll tækifærin búin, þá er það þannig. Við lokum á tækifærin. Ef við erum hins vegar sannfærð um að lífið sé frábært með endalaus tækifæri og skemmtilegar uppákomur, þá verður það þannig. Við erum skaparar eigin lífs og kraftaverkin gerast ekki nema við trúum á þau.

Lögmál Alheimsins

Lífið fer eftir ákveðnum lögmálum sem nefnd hafa verið Lögmál Alheimsins. Það frægasta er líklega *Lögmál aðdráttaraflsins*. Allir sem eitthvað hafa dýpt tánni í andleg mál kannast við þetta lögmál og nota jafnvel að einhverju leyti. Lögmálið hljómar einfalt: Að sjá bara fyrir sér það sem mann langar í og ef við trúum nógu staðfastlega að það muni koma, þá mun það rata til okkar. Ef það kemur ekki, er það vegna þess að efasemdarkorn leyndist í huga okkar.

Ef þetta væri svona einfalt þyrfti ekki að skrifa um það heilu bækurnar. Lögmálið vinnur nefnilega ekki eitt og sér, heldur er nátengt fleiri lögmálum og saman hafa þau bein áhrif á líf okkar.

Þegar illa gengur er auðvelt að detta í sjálfsvorkunn og fórnarlambshugsun. Allt er öðrum að kenna og við sjálf auðvitað sárasaklaus. Við eigum svo bágt og skiljum ekkert af hverju hlutirnir ganga ekki eins og við viljum. Af hverju er lífið á móti okkur?

Því er einmitt þveröfugt farið. Í fyrsta lagi er lífið alltaf með okkur í liði. Í öðru lagi sendir Alheimurinn okkur nákvæmlega það sem við biðjum um. Ef við þurfum að losna við hindranir áður en við getum fengið það sem við viljum, mun lífið senda okkur eitthvað til að varpa ljósi á þær. Sem þýðir oftar en ekki að við lendum í frekari vandræðum til að opna fyrir skilninginn.

Jarðlífið er skóli þar sem lexíurnar eru ráðgátur í formi fólks og aðstæðna. Það eru engir sérstakir kennarar, heldur erum við öll kennarar og nemendur hvers annars. Það er heldur enginn sérstakur skólatími og við vitum aldrei hvenær næsta ráðgáta kemur. Það eina örugga er, að því fyrr sem við leysum hverja ráðgátu, því auðveldara verður námið.

Alheimslögmálin hafa verið til jafn lengi og heimurinn okkar. Fornar menningarþjóðir eins og Egyptar, Indverjar og Kínverjar þekktu og notuðu lögmálin. Eða alla vega eldri sálir þess tíma.

Sem sálir erum við gjörkunnug lögmálunum, en gleymum þeim í hvert sinn sem við fæðumst í mannslíkama. Í hverju lífi á fætur öðru höldum við að lífið snúist bara um tilviljanir og heppni eða óheppni, en svo fer að rofa til, við öðlumst dýpri skilning og rekumst á bækur og fólk sem hjálpa okkur að muna.

Eftir því sem lífin verða fleiri nennum við ekki að lenda alltaf í sömu fyrirstöðunum og viljum læra reglurnar. Að kunna þær ekki er eins og að spila fótboltaleik án þess að þekkja reglurnar. Það er glatað að vita ekki að boltinn megi ekki snerta hendina og skilja ekkert af hverju dómarinn er alltaf að flauta og dæma víti. Eða skilja ekki af hverju dómarinn sýnir rautt spjald og vísar okkur út af fyrir „ekki neitt". Ekki nema von að okkur finnist Guð vera ósanngjarn á stundum.

Ef þú ert að lesa þessa bók er farið að rofa til hjá þér all hressilega. Eflaust hefurðu heyrt um fleiri lögmál eins og til dæmis *Karmalögmálið* og *Athyglislögmálið*, þ.e. allt sem þú veitir athygli vex og dafnar. En nú þyrstir þig í að þekkja leikreglurnar til hlítar.

Fyrir mörgum árum heyrði ég sögu sem mér finnst útskýra fullkomlega lífið eins og það blasir við mér. Þú metur hvort það henti þér.

Einu sinni var heimurinn bara eitt allsherjar kærleiksafl með eilífum friði og kyrrð. Svo fór aflinu að leiðast kyrrðin og friðurinn, ákvað að búa til leik og sendi milljón ljósbrot af sjálfu sér út í tómið til að sjá hvort þau rötuðu til baka. Til að gera leikinn skemmtilegri bjó aflið alls kyns hindranir eins og óttaslegið lægra sjálf, hraðskreiðan huga og alls kyns freistingar, til að afvegaleiða brotin.

Ljósbrotin fengu frjálsan vilja til að rata aftur eða ekki og þurftu að gleyma að þau væru hluti af kærleiksaflinu og halda að þau væru bara líkami og hugur. Þau myndu fá eins mörg líf og þyrfti til að rata til baka og leikurinn myndi endast eins lengi og það tekur síðasta ljósbrotið að rata til baka.

En hinn frjálsi vilji fékkst ekki ókeypis. Gjaldið var Alheimslögmálin, sem sköpuð voru til að hafa hemil á ljósbrotunum. Þegar þau fóru í öfuga átt, gripu Alheimslögmálin í taumana til að beina þeim aftur í áttina að uppsprettunni. Lögmálin eru þannig umgjörð utan um hinn frjálsa vilja mannsins.

Í gegnum árþúsundin hafa andlegir meistarar á ólíkum svæðum numið þessi sömu lögmál, svo þetta er ekki hugarsmíð einhvers einstaklings. Lögmálin eru staðreynd, eins og hiti eldar mat og vatn slekkur þorsta.

Kærleiksaflið eða uppsprettan í þessari sögu er það sem við kölluð Guð og er vitundin sem skapaði allt í upphafi. Við öll, hver einasta lifandi eining á jörðu, erum þessi ljósbrot eða sálir eins og við köllum það og þar með hluti af þessu skapandi afli eða vitund. Sem slík sköpum við líka eigið líf.

Mér finnst gott að nota orðið Guð, því það getur verið kvenkyns eða karlkyns. En hvort við köllum það kærleik eða alheimsorku, skiptir ekki máli. Stundum tala ég um að lífið sendi mér hitt og þetta.

Ef það truflar þig að nota orðið Guð, skaltu einfaldlega skipta orðinu út fyrir eitthvað annað sem hentar þér betur, því þú velur hvernig þú vilt skilja fyrirbærið.

Það er staðföst trú mín að andlegt sé í raun einfalt. En við mennirnir búum til alls kyns trúarkerfi með hefðum, venjum, tilbeiðslum og refsingum til að flækja hlutina. Það skiptir ekki máli hvort við biðjum til Guðs, Móður jarðar eða kjarnans í okkur sjálfum. Það skiptir ekki máli hvort við snúum í austur eða vestur, norður eða suður þegar við biðjum. Það eina sem skiptir máli er hvernig við biðjum og um það er fjallað í þessari bók. Síðan er það okkar að hækka tíðnina til að við getum tekið á móti.

Hinn frjálsi vilji þýðir líka að andlegir leiðbeinendur og verndarenglar mega ekki skipta sér af nema við biðjum þá um það. Annars sér Alheimurinn um að senda okkur það sem sálin metur að við þurfum til að þroskast í þessari jarðvist, allt ákvarðað samkvæmt lögmálunum.

Segja má að lögmálin séu sjö, sumir segja tólf, en svo bætast við mörg í viðbót, allt upp í 105. Mörg þeirra síðartöldu skarast og sum eru bara nánari útfærsla á öðrum. Ég mun hér fjalla um aðallögmálin sjö og þau fimm í viðbót sem mynda tólf, auk nokkurra annarra sem mér finnast vera mikilvæg.

Lögmálin eru alltaf í gangi, svo það er ekki spurning hvort við ætlum að nota þau eða ekki. En við getum valið að vinna með þeim eða streitast á móti.

Eitt að lokum. Í árþúsundir hafa konur þurft að lesa bækur í karlkyni og því ákvað ég að hafa meirihluta textans í kvenkyni. Karlkyns lesendur geta þá gert eins og konur hafa gert allan þennan tíma, yfirfært á sitt sjónarhorn þegar það á við.

Lögmálin sjö + fimm + nokkur í viðbót

1. Lögmálið um guðlega einingu (The Law of Divine Oneness)
2. Lögmálið um tíðni (The Law of Vibration)
3. Lögmálið um samsvörun (The Law of Correspondence)
4. Lögmál aðdráttaraflsins (The Law of Attraction)
5. Lögmálið um innblásnar gjörðir / Aðgerðalögmálið (The Law of Inspired Action)
6. Lögmálið um stöðuga umbreytingu orku (The Law of Perpetual Transmutation of Energy)
7. Lögmál orsaka og afleiðinga / Karmalögmálið (The Law of Cause and Effect)

8. Lögmálið um endurgjöf (The Law of Compensation)
9. Afstæðislögmálið (The Law of Relativity)
10. Andstæðulögmálið (The Law of Polarity)
11. Lögmálið um kven- og karlorku (The Law of Gender)
12. Rytmalögmálið (The Law of Rhythm)

13. Lögmálið um orð og óskir (The Law of Words)
14. Lögmálið um yfirvarp (The Law of Projection)
15. Mótstöðulögmálið (The Law of Resistance)
16. Lögmálið um ábyrgð (The Law of Responsibility)
17. Athyglislögmálið (The Law of Attention)
18. Lögmálið um fastheldni (The Law of Attachment)
19. Fyrirgefningarlögmálið (The Law of Forgiveness)
20. Þakklætislögmálið (The Law of Gratitude)
21. Hið innra, eins og hið ytra (As within, as without)

Allt er eins og það á að vera
Allar aðstæður eru lærdómur
Það er ástæða fyrir öllu sem gerist
Við erum alltaf nákvæmlega þar sem við eigum að vera
Allt gerist fyrir þá sem það átti að gerast fyrir

Allar kringumstæður voru skapaðar af okkur sjálfum
Við erum afsprengi eigin hugsana, viðhorfa og gilda
Veruleiki okkar er spegill á innra ástandi

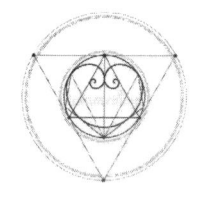

1.

Lögmálið um guðlega einingu

Við erum öll hluti af sama ljósinu og þess vegna öll samtengd. Hver einasta mannvera á jörðinni, hvert einasta dýr, planta, sjórinn, jörðin, andrúmsloftið, allt er nátengt. Heimurinn er ein heild, alveg eins og mannslíkaminn er ein heild. Ef þig verkjar í handlegginn hefur það áhrif á allan líkamann, því þú ferð að beita líkamanum öðruvísi. Allt sem við gerum, ákjósanlegt eða óæskilegt, hefur því áhrif á heildina.

Lögmálið gengur út á að allt sem þú gerir öðrum ertu í raun að gera sjálfum þér. Ef þú óskar öðrum ills, ertu að óska sjálfum þér ills, hvort sem það kemur í þessu lífi eða næsta. Ef þú hjálpar einhverjum, ertu að hjálpa sjálfum þér.

Í Gamla testamentinu segir að Guð hafi skapað manninn í sinni mynd, sem andlegir leiðtogar fyrri tíma túlkuðu að sjálfsögðu að Guð hafi litið út eins og þeir sjálfir og konan Eva var þá einhvers konar viðbót til að létta Adam lundina.

En þarna er átt við að við séum öll ljóseindir frá hinni miklu orkuuppsprettu sem kölluð er Guð. Við erum öll kærleiksorka í grunninn og öll tengd. Eins og vatnið á jörðinni, sem samsett er úr óteljandi dropum en samt ein heild. Droparnir eru einstakir en samt hluti af sjó, skýjum, rigningu, ám eða lækjum.

Þetta lögmál er stundum kallað *Vitundarlögmálið* eða *The Law of Mentalism*. Samkvæmt því er heimurinn einn hugur eða vitund, einhvers konar alheimsvitund. Öll orka og allt efni á öllum sviðum voru sköpuð af þessari alltumlykjandi Alheimsvitund og þar sem þú ert hluti af þessari skapandi vitund, skapar þú líka veruleika þinn.

Í raun má segja að allt sé orka í grunninn og efnisheimurinn birtingarmynd á þessari orku. Innsti kjarni okkar er orka og efnislíkaminn þá birtingarmynd af orkulíkamanum. Hvernig líkaminn lítur út hverju sinni ræðst þá ekki bara af genamengi forfeðranna, heldur einnig orkunni sem fylgir tilfinningum, hugsunum, viðhorfum og samfélagslegum gildum innra með okkur.

Ef þú sæir orkuheiminn eingöngu, myndirðu sjá móta fyrir öllu sem missterku ljósi. Fólkið væri ljóslíkamar á hreyfingu, tré og blóm væru ljósandar, sólin hefði sína eigin geysisterku orku og meira að segja í hverjum steini sem ekki hefur verið hreyfður í leyfisleysi býr ljósvera.

Byggingar hafa sína eigin orku, þótt hún sé eiginlega gegnsæ. Ímyndaðu þér að horfa á margra hæða byggingu, þar sem þú sérð ljóslíkama fólks í gegnum veggina. Allir að sinna sínu, einangraðir en samt svo nálægir hver öðrum. Sumir ljóslíkamanna eru dekkri og kýttari, sumir ljósari og léttari, eftir því hversu margar erfiðar tilfinningar og þung viðhorf þeir geyma.

Út frá hverri manneskju sérðu orkuský sem eru hugsanir þeirra. Ef skýið er grátt og lítur út eins og það gæti farið að rigna er viðkomandi að hugsa eitthvað neikvætt eða kvíðaþrungið. Ef skýið er litríkt og létt, eru hugsanirnar jákvæðar og uppörvandi. Alls staðar þar sem fólk er, má sjá hugsanaorku, hvort sem það eru meðvitaðar hugsanir eða ómeðvitaðar.

Hugsanir skipta miklu meira máli en við höldum. Þær eru ekki bara eitthvað ósýnilegt einkamál sem enginn sér eða skynjar. Orkan svífur út úr kollinum og leitar uppi svipaða orku. Neikvæðar hugsanir draga því ekki aðeins okkur sjálf niður í tíðni, heldur einnig umhverfið í kring. Ef margir hugsa neikvætt er orkan grá og þung. Ef fleiri hugsa jákvætt er orkan létt og ljósmikil. Við erum nefnilega öll sama guðlega einingin eins og lögmálið segir.

Þegar við komum á ný svæði skynjum við orkuna ýmist með vanlíðan eða vellíðan. Suma staði viljum við heimsækja aftur og aftur, annars staðar getum við ekki beðið eftir að komast í burtu.

Hugsanir endurspegla viðhorfin innra með okkur. Þess vegna er mjög gagnlegt að hlusta meðvitað á þær og skoða hvaða viðhorf þær eru að spegla. Fyrsta skrefið að sjálfsvinnu er einmitt að gera sér grein fyrir hvernig innra lífi okkar er háttar. Sjálfsefi, sjálfsfyrirlitning og dómharka eru þung og grá orka, á meðan sjálfstraust, sjálfsást og umburðarlyndi hafa léttari og litríkari orku.

Við vitum hvernig jörðin lítur út á efnissviði, aðallega blá og græn, en ímyndaðu þér nú Móður Jörð, veruna sem jörðin okkar er á orkusviði. Hún er kölluð móðir mannkynsins, því það er henni að þakka að við höfum tækifæri til að upplifa líf á jörðinni. Ég sé hana sem bleika og appelsínugula, ekki ósvipaða og bókakápuna, með smá grænu og gulu með. Kærleikur, frjósemi, móðurást og viska árþúsunda. Á stöku stað má glitta í svarta bletti þar sem við mennirnir höfum skaðað plánetuna, en með því að senda jörðinni ljós getum við stuðlað að heilun þeirra svæða. Auk þess auðvitað að bera ábyrgð á eigin orkuspori.

Í hvert sinn sem þú skaðar fólk, umhverfi eða dýr ertu að skaða sjálfa þig. Tökum einfalt dæmi. Segjum að þú farir í göngutúr með hundinn og setjir skítinn í plastpoka eins og ætlast er til. Nema í stað þess að taka pokann með heim, skilurðu hann eftir í kantinum á göngustígnum. Ég geng mjög mikið úti í náttúrunni og veit að þetta gerist of oft. Ekki bara á plastpokinn eftir að taka óratíma að leysast upp, heldur verður fallega náttúran eða borgin okkar sóðaleg. Þetta vekur síðan upp hugsanir hjá öðru göngufólki um hversu illa sé gengið um, sem verður til þess að fleiri fara að ganga illa um. Plastpokinn rifnar síðan með tímanum og gæti endað um hálsinn á einhverju dýri eða í koki þess og kæft það, sem myndi skapa slæmt karma fyrir þig. Mér finnst sjálfri náttúruvænna að skutla skítnum inn í runna með stóru laufblaði eða grein.

Þetta lögmál þýðir að við erum í þessum leik sem ein heild. Öll erum við einstök og mikilvæg, sama í hvaða landi eða heimsálfu við fæddumst, hvaða litarhátt við höfum eða hvaða trúarbrögð við aðhyllumst. Heimurinn er eins og risapúsl með óteljandi stykkjum. Við erum litlu stykkin, engin tvö nákvæmlega eins en öll bráðnauðsynleg fyrir heildarmyndina.

Leikurinn er ekki búinn fyrr en allar sálir hafa ratað til baka og öll púsl komin á sinn stað. Það þýðir að þótt við klárum leikinn munum við velja að halda áfram að fæðast og hjálpa þeim sem enn eru að kljást. Eða gerast andlegir leiðbeinendur. Við erum öll í sama maraþonhlaupinu og getum ekkert farið heim fyrr en allir eru komnir í mark. Þess vegna er enginn betri en annar. Enginn er andlegri en annar og sama hversu þroskaðar sálirnar eru, allir geta fallið fyrir freistingum lífsins.

Meira að segja andlegir meistarar, með fjölda fylgismanna og margar bækur undir beltinu, hafa reynst vera mannlegir þegar allt kom til alls. Því hærri stall sem menn eru settir á af dýrkendum sem drekka í sig hvert orð sem hrýtur af vörum þeirra, því hærra er fallið. Sögur af misnotkun, oflæti, stjórnsemi og hroka leka smám saman út og þeir hrapa niður af stallinum.

Eins að ofan og að neðan

Hér má annað lögmál fylgja með sem er kallað *Eins fyrir ofan og að neðan*, *As Above, so below* á ensku. Fyrir ofan er þá andaheimur, himnaríki eða sumarlandið, eftir því hvað við viljum kalla það og heimurinn okkar er þá fyrir neðan. Himnaríki var þannig fyrirmynd Guðs eða Alheimsvitundarkærleiksorkunnar þegar hún skapaði jörðina. Og sömu mynstrin fyrirfinnast á öllum sviðum.

Alveg eins og foreldrar elska börnin sín, elskar Guð okkur skilyrðislaust, leyfir okkur að taka sjálfstæðar ákvarðanir þegar við höfum aldur til og gera mistök, en er líka alltaf tilbúin að hugga og veita ást. Guð er þannig eins og móðir okkar og faðir og lítur á okkur eins og börnin sín.

Foreldrar elska barn ekkert minna þótt það sé afbrýðissamt út í systkini eða vonsvikið með gjöf sem það fékk. Á sama hátt mun Guð aldrei hætta að elska okkur þótt við verðum afbrýðisöm eða vonsvikin, eða missum móðinn og finnst einhver lexían óyfirstíganleg. Þótt við spyrnum niður hælunum og neitum að læra lexíurnar eða hættum að hugsa um andlega hluti, mun Guð ekki snúa við okkur bakinu heldur taka okkur fagnandi þegar við komum aftur.

Og alveg eins og systkini okkar eru á ólíkum aldri eru mannkynsbræður okkar og systur á öllum sálaraldri, með mismunandi hæfileika og erfiðleika að kljást við. Ungar sálir leitast við að skapa sér alls kyns karma, á meðan eldri sálir keppast við að klára allt neikvætt karma og skapa sér bara jákvætt karma.

Ungar sálir þurfa að skapa sér karma til að vinna úr í næstu lífum, alveg eins og rithöfundur þarf að skapa glundroða í upphafi bókar sem hann síðan vinnur úr. Þess vegna þurfum við stríð, flóð, eldgos, slys, morð, svik og pretti og alls kyns atburði sem við höldum að betra væri að vera án. En á meðan ung sál skapar sér karma með því að drepa, er fórnarlambið kannski eldri sál sem þarf að borga til baka karma. Atburðurinn sjálfur er kannski þannig skipulagður að fólk vakni til umhugsunar um ofbeldi í heimahúsum, byssueign almennings eða aðbúnað geðfatlaðra.

Skaparinn elskar öll börnin sín jafn mikið, sama hvernig þau haga sér eða hversu gamlar sálir þau eru. Okkar lexía er að elska alla meðbræður og systur á sama hátt.

Ungar sálir haga sér stundum eins og börn. Ef barn brýtur eitthvað sem okkur finnst dýrmætt, væru ekki fyrstu viðbrögð að höggva af því höndina eða setja það í fangelsi. Auðvitað myndum við frekar kenna barninu að bera virðingu fyrir hlutum annarra og sýna því skilning og umburðarlyndi. Á sama hátt getum við brugðist við með umburðarlyndi þegar ung sál eyðileggur eitthvað sem okkur er kært, í stað þess að heimta skaðabætur eða refsingu. Við höfum þarna tækifæri til að æfa skilning og treysta því að við fáum það aftur í einhverju formi, eða læra að sleppa tengingu við óþarfa hluti.

Tæplega átta billjón sálir eru nú í mannslíkama og ýmislegt bendir til að okkur fari sífjölgandi. Það er samt engin ástæða til að óttast að okkur fjölgi um of, því það munu alltaf koma upp sjúkdómar og slys til að grisja úr. Hins vegar tel ég að næstum allar sálir sem vettlingi geti valdið séu nú í líkama, vegna þeirra óvenjulegu tíma sem nú eru.

Jörðin er að hækka í tíðni og þess vegna er einstakt tækifæri núna til að taka stór þroskastökk. Hin hækkandi tíðni hreinlega leyfir ekki að fólk geymi leyndarmál, missætti eða óuppgerðar tilfinningar innra með sér.

Við sjáum það á öllu sem er að gerast í heiminum. Áratuga gamalt kynferðisofbeldi kemur alls staðar upp á yfirborðið. Kynbundið ofbeldi og áreiti í starfsgreinum, svik, undanskot skatta, eða fjárdráttur, ekkert fær að leynast lengur. Einhver getur ekki annað en sagt frá, því það verður óbærilegt að hylma yfir með öðrum. Orkan leyfir það ekki.

Fólk sem talaði ekki saman í mörg ár út af gamalli misklíð, hittist óvænt þar sem engrar undankomu er auðið og neyðist til að tala saman. Gamlir vinir og ættingjar banka upp á og vilja biðjast fyrirgefningar á einhverju sem er búið að plaga þá lengi og nú eru þeir orðnir viðþolslausir af þörf fyrir að gera upp málin.

Sambönd sem voru tæp fyrir, springa, því í stað hins áralanga þögla samþykkis um að hanga saman, getur fólk ómögulega haldið í sér lengur. Misklíðarorkan er orðin of lág fyrir tíðni jarðarinnar. Hún er eins og exem á húðinni og fólk verður viðþolslaust þar til lausn er fundin.

Ef þú leitast við að elska alla meðbræður, skilja og umbera frekar en að dæma, sendir kærleiksóskir út til mannkynsins og hjálpar öðrum í hvert sinn sem þú færð tækifæri til, ertu ekki aðeins að stuðla að eigin þroska heldur þroska okkar sem heildar. Á sama tíma skaparðu þér líka jákvætt karma eða endurgjöf, þannig að góðir hlutir streyma til þín. Ef þú sendir gott út, færðu gott til baka.

Tungumál eða samskiptamáti Alheimsins er orka og þannig veit hann hvernig við hugsum og hvernig okkur líður, til að vita hvað hann eigi að senda okkur. Sem leiðir okkur beint að næsta lögmáli, *Tíðnilögmálinu*.

2.

Tíðnilögmálið

Eins og síðasta lögmál sagði er allt í heiminum orka. Jörðin, náttúran, dýrin, mannfólkið, englar og álfar eru orka, öll samtengd en ekki endilega í sömu vídd. En sama hver víddin er, má greina orku eftir tíðni. Meira að segja það sem við köllum dauða hluti hefur sína eigin tíðni. Plast hefur til dæmis lægri tíðni en tré og lifandi tré hefur hærri tíðni en hlutir úr tré. Gamlir ástfólgnir bílar hafa hærri tíðni en nýir svo það er kannski ekki svo vitlaust að segja að gamlir bílar hafi sál.

Kristallar og eðalsteinar hafa sína eigin tíðni. Til dæmis hafa demantar háa tíðni sem magnar innræti þess sem ber þá. Lítill demantur í hring hefur kannski ekki svo mikil áhrif, en þegar drottningar báru kórónur eða hálsmen með stórum demanti hafði það sterk áhrif. Ef þær voru ólgandi af gremju eða frekju hið innra, braust það út og þær réðu ekki við sig. Ef þær voru kærleiksríkar og skilningsríkar, magnaðist sú orka og hafði heilandi og róandi áhrif á fólkið í kring.

Hvert einasta orð, sagt upphátt eða hugsað og hver einasta tilfinning eru á ákveðinni tíðni. Viðhorf hafa líka sína eigin tíðni, sem og gildi og hvernig við sjáum okkur sjálf. Allt þetta stjórnar hvar við lendum á tíðniskalanum.

Tíðni tilfinninga

Eflaust hefurðu fundið að þegar þú ert þakklát líður þér miklu betur en þegar þú ert reið. Þakklæti, gleði, innri friður og sjálfstraust lyfta þér upp, á meðan sorg, skömm, sjálfsefi og ótti draga þig niður.

Dag frá degi upplifum við alls konar tilfinningar og sveiflumst þar með upp og niður í tíðni. En stundum erum við föst í einhverri tilfinningu, segjum til dæmis í sektarkennd eða skömm og berjum okkur sífellt fyrir eitthvað sem við gerðum í fortíðinni. Þá sitjum við föst í tíðni ásökunar og óöryggis eða finnst við vera lítils virði. Eina leiðin til að hækka í tíðni er að sleppa þessum tilfinningum.

Tilfinningar með lága tíðni hafa þunga og hæga orku eins og óveðurský og eftir því sem við förum ofar á tíðniskalanum léttist orkan og verður litríkari, kannski eins og glitský. Ef við geymum mikið af tilfinningum á lágri tíðni, á orkulíkaminn erfiðara með að starfa eðlilega og smám saman myndast stíflur.

Hlutverk orkulíkamans er einmitt að sjá öllum líkamspörtum og líffærum fyrir nægri orku til að starfa vel og ef hann stíflast getur hann ekki starfað rétt og smám saman fer að bera á veikleika og verkjum.

Þar sem mér finnst svo gott að sjá hlutina í samhengi, set ég hér til hliðar yfirlit sem ég fann á netinu þar sem tilfinningum hefur verið raðað í tíðniröð. Þetta eru ekki heilagar tölur eða aldagömul viska, heldur meira tól fyrir nútímafólk sem finnst gott að nota skemu til að skilja.

Efst á skalanum er sameining við skaparann og skömm lægst. Í þriðja dálki er tilfinningalegt ástand og í síðasta dálkinum eru lífsviðhorf ríkjandi á þeirri tíðni. Ef þú veist ekki hvaða tilfinning er mest ríkjandi hjá þér, prófaðu að finna það viðhorf sem á oftast við eða það ástand sem þú dvelur oftast í. Það ætti að gefa þér vísbendingu um hvaða tilfinningu þú getur unnið með.

Kannski finnst þér ástandið eða viðhorfið ekki passa við tilfinninguna og þá finnurðu bara annað í staðinn. Þetta er bara hugsað sem tól til að vinna með.

Tilfinning	Tíðni	Ástand	Viðhorf
Sameining við Guð	1000	Ólýsanlegt	Sköpun
Frelsi	900	Sjálfsefling	Allt er
Uppljómun	800	Alsæla	Ég er heil
Þakklæti	780	Kunna að meta	Lífið er yndislegt
Friður	600	Innri ró	Fullkomið
Gleði	540	Vellíðan	Lífið er skemmtilegt
Kærleikur	500	Virðing	Lífið er gott
Skynsemi	400	Skilningur	Innihaldsríkt líf
Samþykki	350	Fyrirgefning	Samhljómur
Vilji	310	Bjartsýni	Það er von
Hlutleysi	250	Traust	Fullnægjandi
Leiði	250	Stöðnun	Ófullnægjandi
Hugrekki	200	Staðfesta	Gerlegt
Stolt	175	Andstyggð	Krefjandi
Reiði/gremja	150	Hatur	Mótstaða
Þrá	125	Þráhyggja	Vonbrigði
Afbrýðisemi	125	Græðgi	Skortur
Ótti	100	Kvíði	Óvissa
Sorg	75	Eftirsjá	Harmur
Tómlæti	50	Örvænting/þunglyndi	Vonleysi
Sektarkennd	30	Ásökun	Oöryggi
Skömm	20	Óhamingja	Ég er lítils virði

Allar tilfinningar eru réttmætar, eins og ég hef margoft skrifað um, og hluti af því að vera lifandi og mennsk. Það er mikilvægt að neita sér aldrei um neina tilfinningu sem kemur upp, sama hvar hún lendir á skalanum, því tilfinningar eru besta tólið til að vita hvaða tíðni við sendum frá okkur. Um leið og við bælum niður tilfinningu sem við teljum óæskilega, erum við að festa hana í orkunni, svo hún heldur áfram að draga okkur niður í tíðni. Miklu betra er að viðurkenna hana, skoða hvaða gildi hún endurspeglar og vinna með það.

Uppljómun er hér sett á tíðni 800 en hún getur verið alveg frá 700 upp í 1000, sömu tíðni og Guð. Eftir því sem þú nærð betri hugleiðslu, innri þögn og vellíðan, hækkar tíðnin þar til þú nærð algjörri sameiningu við almættið.

Frelsi er að átta sig á að það er ekkert sem heitir mistök, heldur bara tækifæri til að læra. Það skiptir ekki máli hvað við veljum, því það kemur alltaf eitthvað út úr því. Frelsi er líka að geta elskað alla skilyrðislaust en valið hverja við umgöngumst. Frelsi er að vera óhræddur við að setja mörk og leyfa öðrum að gera mistök, því það er besta leiðin til að læra.

Þakklæti er frábært tól til að hækka sig upp í tíðni. Þar sem þú situr í bílnum á rauðu ljósi eða ert að skúra heima hjá þér geturðu þulið upp allt sem þú ert þakklát fyrir. Því meira þakklæti sem þú sýnir, því meira vill lífið færa þér. Þakkaðu fyrir það sem þú hefur og líka fyrir það sem þú vilt fá eins og þú sért nú þegar búin að fá það. Þakklæti er svo mikilvægt að það hefur sitt eigið lögmál sem fjallað verður um síðar.

Hlátur laðar að sér gleði og ýtir frá sér neikvæðni. Þess vegna er tilvalið að hækka tíðnina með því að horfa á fyndin myndbönd eða gera eitthvað skemmtilegt með vinum eða fjölskyldu. Hláturjóga notar einmitt hlátur, þótt hann sé jafnvel þvingaður í fyrstu, til að hækka tíðnina.

Taktu eftir að hlutleysi er á lægri tíðni en innri friður og ró. Við höldum ef til vill að við höfum öðlast innri frið, því röddin innra með okkur hefur þagnað, en ef við upplifum ekki gleði og þakklæti, erum við kannski föst í hlutleysi, eða jafnvel leiðindum. Hlutleysi getur líka þýtt að það sé ákveðin kyrrstaða hjá okkur. Að við séum kannski hrædd við að taka næstu skref.

Að geyma gremju heldur þér bara niðri í tíðni. Fyrirgefning er miklu meira fyrir þig sjálfa heldur en þann sem braut á þér. Karma mun sjá um hann, en þú þarft að sjá um þig. Um leið og þú sleppir og fyrirgefur, er sem mörg tonn losna af þér og þú skýst upp í tíðni eins og djúpsteikt bolla sem poppar upp á yfirborð olíunnar þegar hún er tilbúin.

Í hvert sinn sem við gerum eitthvað sem okkur finnst leiðinlegt, lækkum við tíðnina, en um leið og við breytum viðhorfi okkar og ákveðum að þetta sé skemmtilegt og gefandi, hækkar tíðnin. Í stað þess að þrífa af því þú neyðist til þess, hugsaðu þá um hversu fallegt heimilið verður eftir þrifin. Þannig fyllirðu líka heimilið með fallegri orku, í stað þess að skilja eftir þig gráa þunga orku leiðinda þar sem þú skúrar.

Afbrýðisemi dregur okkur niður í tíðni. Kannski finnst okkur aðrir ganga betur en okkur. En um leið og við hættum að bera okkur saman við aðra og nýtum einstaka hæfileika okkar til að finna leiðina sem okkur var ætluð, þurfum við ekki að vera afbrýðisöm. Við erum einstakt púsl og þó svo að við höfum ekki fundið staðinn okkar ennþá, þýðir ekkert að vera fúl yfir að vera ekki eitthvað annað púsl, bara til að komast sem fyrst inn í heildarmyndina. Okkar tími mun koma. Betra er að samgleðjast öllum sem gengur vel því þannig verða meiri líkur á að okkur takist það sem okkur dreymir um. Við getum einungis fengið það sem er á sömu tíðni og það eru ekki margir góðir hlutir á tíðni afbrýðisemi.

Það er líka hægt að vera afbrýðisamur út í maka eða þá sem hann er í samskiptum við. Slík afbrýðisemi er skortur af sjálfsást og ótti við höfnun. Ef makinn þinn eða kærasti er að reyna við aðrar konur eða karla, bendir það til að hann elski sjálfan sig ekki nóg og þurfi staðfestingu á að hann sé eftirsóknarverður. Þú getur valið hvernig þú bregst við.

Best er að vinna með ást gagnvart sjálfum sér, því þá skiptir ekki máli hvort aðrir segjast elska okkur eða ekki. Ef makinn kýs að halda framhjá, getur þú kosið að slíta sambandinu eða fyrirgefa og vinna að gagnkvæmri sjálfsást. Það er einstaklega gefandi fyrir par að þroskast saman.

Ótti er á lágri tíðni og svo rótgróinn í samfélaginu að við þurfum að velja meðvitað að henda honum út og æfa okkur í að treysta Alheiminum í staðinn. Einu sinni hélt ég að ég hefði hreinsað út óttann í eitt skipti fyrir öll og að ég myndi þaðan í frá geta ýtt honum frá mér í hvert sinn sem hann kæmi. En það var aldeilis ekki.

Fyrir nokkrum árum var ég að hjálpa til á heimili hjá mjög stjórnsömum manni og tveimur sonum hans. Ég fann hvernig strákarnir voru bældir af ótta við viðbrögð hans og hvernig óttinn magnaðist upp hjá mér líka. Til dæmis vorum við að taka til á skrifstofunni hans, eða öllu heldur hann ákvað hvert allt færi og ég setti það á sinn stað. En stundum þegar ég ætlaði að fara með hlutina strax á sinn stað varð hann argur og ef ég beið með að ganga frá hlutunum varð líka hann argur. Þetta gerði mig óörugga og óttaslegna. Það var ómögulegt að vita hvenær maður ætti að hreyfa sig og hvenær ætti að standa kyrr. Þetta var náttúrulega bara hreinræktuð meðvirkni af minni hálfu og kannski eðlileg viðbrögð við óhóflegri stjórnsemi.

Svo fór pabbinn í burtu í viðskiptaferð og ég var ein heima með strákana. Allt gekk ljómandi vel en þegar pabbinn var væntanlegur til baka fór ég næstum á taugum af áhyggjum af því að eitthvað væri ekki eins og hann ætlaðist til. Vinur minn sem var nýkominn til mín hafði aldrei séð mig svona taugaveiklaða. Í hans augum var ég sú sterka, en þarna var ég orðin grátandi taugahrúga. Ég þurfti að leita skýringa í fyrri líf til að finna tenginguna á milli okkar og þá kom í ljós að hann kúgaði mig í öðru lífi og ég fór beint í sama mynstrið þegar ég kom til hans í þessu lífi.

Við fáum sem sé mörg tækifæri til að upplifa ótta, bæði til að læra að þekkja hann, horfast í augu við hann og svo losna við hann. Það er svo margt sem hægt er að óttast að lexíurnar eru margar.

Því meira sem óttanum sleppir, því meira frelsi öðlumst við og því hærra hækkum við í tíðni. Það er til dæmis óskaplega mikið frelsi að vera ekki hræddur við dauða líkamans og vita að við erum sálir sem lifum áfram. Frelsi hefur mjög háa tíðni því allt fær aðra merkingu þegar dauðinn verður bara heimferð eftir mikla lífsreynslu og einungis spurning hvenær við komum aftur í heimsókn til jarðarinnar.

Sektarkennd, samviskubit og gremja draga okkur niður í tíðni. Að gera eitthvað af sektarkennd lækkar tíðnina, en ef þú ákveður að gera sama hlutinn af gleði og vegna þess að þú vilt það sjálf, hækkar tíðnin. Sumir sem geyma mikla sektarkennd gætu hugsað að þeir glími alls ekki við óöryggi, því þeir leitist við að hafa stjórn á öllu. En það er einmitt málið. Rótin að því að þurfa hafa stjórn á öllu, er óöryggi.

Skömm er lægst á tíðniskalanum og afar óþægilegur staður að vera á. Þeir sem geyma mikla skömm eru með háværa innri rödd sem segir að þeir séu ekki nógu góðir og til að beina athyglinni frá sjálfum sér, hugsa þeir frekar um hvað aðrir séu ekki hótinu skárri í veikri von um að líða betur.

Lágri tíðni fylgir yfirleitt léleg sjálfsmynd og þessi innri rödd lægra sjálfsins sem minnir okkur daglega hvað við séum ómöguleg. Það væri svo miklu betra að taka til í huganum, kveða niður þessa neikvæðu rödd, losna við tilfinningar sem halda okkur niðri og bæta sjálfsmyndina.

Í bókinni *Taumhald á tilfinningunum – leið til betra lífs* fjalla ég um tilfinningar og leiðir til að ná stjórn á lægra sjálfinu. Það hjálpar ekki bara okkur sjálfum að líða betur, heldur öllu mannkyninu, því við erum öll eitt. Hver einasta manneskja sem vinnur í sjálfri sér lyftir mannkyninu örlítið upp í tíðni.

Allar tilfinningar eru jafn eðlilegar og að fá harðsperrur eða vera svöng eða þyrst. Tilfinningar á lægri tíðni eins og skömm, reiði, vonbrigði og leiði koma án þess að við fáum rönd við reist, en við getum valið hvort við dveljum í þeim eða hvort við viðurkennum þær, leyfum þeim að renna í gegn og skiptum þeim út fyrir eitthvað annað. Tilfinningar á hærri tíðni koma líka óvænt eins og þakklæti þegar einhver gefur okkur eitthvað kærkomið, eða kærleikur þegar við höldum á nýfæddu barni eða dáumst að litlum hvolpi.

Hins vegar getum við líka notað tilfinningar á hærri tíðni eins og verkfæri. Við getum valið að dvelja í þakklæti með því að þylja upp allt sem við erum þakklát fyrir. Eða dvelja í kærleik og umburðarlyndi þegar við flökkum um á netinu, í stað þess að dæma og aðgreina. Í umgengni við aðra getum við valið að sýna ást, kærleik og samhygð, frekar en dómhörku og skilningsleysi. Það er líka hægt að vekja upp gleði, bara með því að hugsa um eitthvað sem okkur finnst skemmtilegt.

Tilfinningar má nota sem tól til að hækka tíðnina og gera allt betra.

Kærleikur, þakklæti og gleði eru öflug tól. Við getum valið að skilja þau eftir í verkfærakassanum og nota aldrei. Eða valið að nota í öllum aðstæðum. Það er ekki hægt annað en að elska nýfædd börn, en eftir því sem börnin eldast og verða óþekk, þrasgjörn eða þrjósk, þurfum við að velja að grípa til ástar og þolinmæði í stað gremju og ásökunar.

Það er hins vegar skammvinn gleði að fá sér í glas. Vegna þess hversu slæm áhrif áfengi hefur á taugakerfið, verða margir daprir eða leiðir eftir neyslu, sama hversu lítils er neytt. Taktu eftir því hvernig þér líður þremur dögum eftir að hafa fengið þér í glas, þegar áhrifin eru alveg horfin. Ég finn á sjálfri mér að þó ég fái mér bara einn snafs eða eitt glas af víni, dregur það mig niður næstu tvær vikurnar. Lífið verður tilgangslaust og gleðisnautt. Það byrjar hins vegar ekki fyrr en þremur dögum eftir neyslu.

Englar eru á hærri tíðni en við og með því að hugsa til þeirra lyftist tíðnin okkar. Þeir verða afskaplega glaðir ef við biðjum þá um hjálp. Leyfðu þeim endilega að hjálpa þér með samskipti við annað fólk, finna það sem þig vantar, hjálpa börnunum þínum, leysa úr vandamálum og hvað sem er.

Það hækkar tíðnina að biðja almættið eða engla um hjálp því þar með sleppum við áhyggjum og leyfum Alheiminum að leysa málin eins og best er fyrir heildina.

Tíðnilögmálið gengur út á að það sem er á sama tíðnisviði dregst að hvert öðru. Ef þú ert oft á lágri tíðni ótta og neikvæðni dregurðu til þín erfiða reynslu. Ef þú ert hins vegar oftar í gleði, þakklæti og jákvæðni, laðarðu til þín reynslu sem gerir lífið enn skemmtilegra. Þess vegna er svo mikilvægt að gera sér grein fyrir á hvaða tíðni maður er, svo hægt sé að hækka hana, ef við erum ekki ánægð með það sem kemur til okkar.

Í samskiptum við aðra

Við skynjum tíðni hvers annars þótt við gerum okkur kannski ekki grein fyrir því. Alveg eins og hlustendur útvarpsstöðvar nemum við aðeins þá tíðni sem við stillum á hverju sinni og tíðnin ræðst af hvernig við hugsum, hvaða tilfinningar við upplifum og innri viðhorfum. Við löðumst að fólki á svipaðri tíðni og þegar við hittum fólk á allt annarri tíðni vakna með okkur alls kyns viðbrögð, allt frá aðdáun og til óþols og mótþróa. Til dæmis skynja nemendur ómeðvitað ef kennari efast um hæfileika sína og verða órólegir og óþekkir.

Jákvæð og uppbyggjandi orð hafa hærri tíðni en neikvæð og dómhörð orð. Þeir sem gagnrýna sífellt eða koma með kaldhæðnar eða meiðandi athugasemdir geta dregið aðra niður. Á sama hátt getum við sjálf talað okkur upp í tíðni og líka talað okkur niður. Við getum talað til okkar góða hluti og líka það sem við álítum slæmt.

Hærri tíðni getur unnið á lægri tíðni ef það er gert með ásetningi. Ef þú kvíður fyrir að hitta manneskju sem er sífellt með neikvæðar athugasemdir, geturðu ákveðið að þín orka verði sterkari og umlyki viðkomandi. Ákveddu að fyrir hverja neikvæða setningu sem hún segir, kemur þú með eitthvað jákvætt á móti og sterka orku sem fylgir því. Sjáðu svo hvort manneskjan gefist ekki fljótt upp þegar hún finnur að hún getur ekki dregið þig niður, því það er ekkert gaman að umgangast jákvætt fólk þegar maður vill helst vera fastur í neikvæðni og sjálfsvorkunnsemi.

Það er viðbúið að þetta orkustríð taki á og þú verðir uppgefin á eftir. Þess vegna er svo mikilvægt að velja hverja maður umgengst. Að hætta að vera meðvirkur með einstaklingi á lægri tíðni og segja hvað þér finnst með kærleik, skilningi og umhyggju, er besta leiðin til að losna við þá sem vilja ekki breytast.

Annað ráð til að verjast tilgangslausri gagnrýni er að hunsa hana og helst hlæja að henni. Orð annarra segja alltaf meira um þá en þig. Allt sem fólk segir er bara þeirra eigin sannleikur. Ef þeim finnst þú eigingjörn, er það vegna þess að það er sjálft eigingjarnt og skilur ekki að þú skulir ekki vilja ganga á sporbaug um það sjálft. Ef einhver segir að þú sért heimsk er það vegna þess að viðkomandi efast um eigin gáfur og notar hroka til að fela það.

Markmið okkar allra er að hækka tíðnina. En við erum öll að læra og öll stödd á mismunandi stað. Þótt aðrir hafi enn ekki þorað að horfa í eigin barm og taka til í sjálfu sér, eru það ekki verri manneskjur. Að sýna öðrum umburðarlyndi og skilning, sama hvar þeir eru staddir á þroskabrautinni, hífir okkur bara upp í tíðni og hjálpar okkur þannig áfram. Ef við gagnrýnum aðra fyrir að vera ekki búnir að taka til í sjálfum sér, erum við ekkert skárri en þeir.

Það eykur þrýstinginn að jörðin er líka að ganga í gegnum tíðnihækkun eins og áður segir. Gamla tíðnin bauð upp á valdabaráttu, leynimakk og svik, en nýja tíðnin gengur út á samvinnu, gagnsæi og samhygð. Okkur er ekki lengur stætt á að bæla niður tilfinningar á lágri tíðni. Þær heimta að fá að koma út.

Með tíðnihækkuninni breytist samfélagið smám saman, þótt það taki langan tíma að breyta fastheldnum kerfum. Einstaka stjórnmálakona og -maður hafa komið fram á sjónarsviðið og reynt að vinna saman þvert á flokka að hagsmunum heildarinnar. En of margir vinna enn samkvæmt gömlu tíðninni, í andstöðu og með hrossakaupum og baktjaldamakki. Þess vegna hrökklast þessir einstaklingar í burtu, því það er of ramman reip að draga.

Breytingar taka alltaf tíma. Dropinn holar steininn og þótt þessum einstöku framsýnu stjórnmálamönnum og -konum finnst þeim hafa mistekist, síast hugmyndin smám saman inn í undirvitund almennings. Hvenær almenningur er svo tilbúinn að kjósa meirihluta slíkra einstaklinga verður tíminn að leiða í ljós.

Tíðnihækkun er ein af aðalnámsgreinum skóla lífsins. Hún gerist ekki í einni svipan, heldur sveiflumst við upp og niður. Eftir því sem við losum okkur við gamlar heftandi hugsanir, óttablandin viðhorf og gamlar tilfinningar hækkum við í tíðni. En við munum halda áfram að lenda í aðstæðum sem kveikja á þessum gömlu viðhorfum og tilfinningum til að gefa okkur tækifæri til að hreinsa betur út. Okkar er þá að festa hin nýju viðhorf enn frekar í sessi og læra að takast á við tilfinningarnar án þess að þær nái að draga okkur niður í lengri tíma.

Samkvæmt *Tíðnilögmálinu* geturðu einungis laðað til þín hluti sem eru í samræmi við tíðnina. Allt sem kemur til þín er því vísbending um hvar þú ert í tíðni. Ef þér finnst lífið erfitt og ósanngjarnt er eitthvað óuppgert innra með þér. Lífið er að sýna þér hvar þú getir tekið til.

Sem leiðir okkur að næsta lögmáli, *Lögmálinu um samsvörun.*

3.

Lögmálið um samsvörun

Samkvæmt síðasta lögmáli erum við á ákveðinni tíðni eftir því hvaða tilfinningar, gildi, viðhorf og hugsanir eru ríkjandi. *Lögmálið um samsvörun* gengur út á að heimurinn getur bara sent okkur það sem er á sömu tíðni.

Ef þú ert alltaf að lenda í pirrandi eða neyðarlegum aðstæðum, er ráð skoða hvort þú geymir gremju eða skömm. Ef þér finnst þú upplifa sífellda höfnun, er möguleiki að þú geymir uppsafnaða höfnun sem hægt er að hreinsa út. Tilgangurinn með öllu er að vekja athygli á ójafnvægi innra með okkur og gefa tækifæri til að hreinsa það út.

Veruleikinn er þannig nákvæm birtingarmynd á tilfinningalífi þínu, hugarfari og lífsviðhorfi. Ef þú ert ein af þeim sem vilt gjarnan hafa lífið auðveldara, en virðist alltaf lenda í einhverju veseni, væri gagnlegt fyrir þig að skoða innra ástand þitt. Ef lífið fer aldrei eins og þú vilt, sama hvað þú reynir, er greinilega eitthvað sem þarf að breytast.

Alheimurinn er eins og útvarpstæki og við nemum bara það sem er sent út á sömu tíðni og við. Ef við erum til dæmis föst á tíðni ótta meðtökum við aðeins það hræðilega sem gerist. Alheimurinn færir okkur staðfestingu á því að heimurinn sé hræðilegur.

Ef þú ert þakklát, færðu meira til að vera þakklát fyrir. Ef þú ert glöð, ertu alltaf að lenda í skemmtilegum aðstæðum. Ef þú ert fúl og pirruð, er heimurinn fúll á móti.

Þetta lögmál eykur skilning okkar á veröldinni og við sjáum svo margt í öðru ljósi. Við áttum okkur á því að hægt er að stilla á aðra tíðni og breyta þannig heiminum, með því einfaldlega að taka til hjá okkur sjálfum.

Sumir virðist þrífast á óreiðu og stressi. Þeir tönglast á því hversu mikið er að gera hjá þeim og eru alltaf að lenda í einhverju veseni. Ef þeim tekst að leysa eitt vandamál kemur bara annað í staðinn. Þeir virðist ekki átta sig á að þeir eru sjálfir ábyrgir fyrir öllu sem kemur til þeirra.

Ef allt er í óreiðu innra með þér, er heimurinn eintóm óreiða. Ef þú hefur fundið innri frið, er heimurinn friðsamur og rólegur. Og allt þar á milli.

Stundum hitti ég karlmenn sem telja sig vita allt betur en aðrir og á tímabili fór það mikið í taugarnar á mér. Það var ekki fyrr en ég leit inn á við og skoðaði hvaða viðhorf hjá mér þessir menn spegluðu, að ég gat leitt það hjá mér.

Það er hluti af valdeflingu hverrar manneskju að finna sína eigin sannfæringu og láta ekki aðra valta yfir sig. Þegar ég var að alast upp var þess vænst að stelpur væru stilltar, prúðar og fallegar. Það krafðist því mikils hugrekkis að byrja að taka þátt í samræðum, sérstaklega að hafa aðra skoðun en aðrir í hópnum. Strákar þurftu hins vegar ekki að standa undir þessum sömu væntingum og því vanir að segja skoðun sína umbúðalaust. Karlmenn átta sig ekki á þessum stöðumun fyrr en þeir upplifa hann mögulega í gegnum dætur sínar. Þeir halda bara að konur hafi ekkert að segja.

Karlmenn tala líka hærra en konur, svo þegar ég byrjaði varkárnislega að segja hug minn í hópi karla, var kannski enginn sem heyrði. En þegar ég var búin að finna styrkinn minn, fannst mér óþolandi að vera þögguð niður af karlkyns besserwisserum.

Að telja sig vita allt betur en aðrir er hroki. En við getum ekki breytt öðrum og þarna þurfti ég að leyfa öðrum að hafa sína skoðun, án þess að ég þyrfti að lækka rostann í þeim eða hafa síðasta orðið.

Þótt við séum venjulega í góðu andlegu jafnvægi, getum við alltaf dottið niður í tíðni þegar við stöndum frammi fyrir erfiðum aðstæðum. En aðstæðurnar eru einmitt til að læra af og benda okkur á hvað er óuppgert hið innra, sem við höfum þá tækifæri til að vinna með.

Ef þú reiðist oft er ljóst að innra með þér leynist mikil reiði. Aðrir reita okkur aldrei til reiði, gera okkur brjáluð eða vekja hjá okkur sektarkennd eða nokkra aðra tilfinningu. Þessar tilfinningar voru alltaf uppsafnaðar innra með okkur. Því meiri reiði sem þú geymir, því auðveldara reiðist þú. Því meiri skömm sem þú geymir, því meira skammastu þín í neyðarlegum aðstæðum. Því meira af einhverri tilfinningu sem þú heldur í, því meiri líkur eru á að þú munir upplifa hana. Aðrir eru sendir til okkar bara til að vekja athygli á því sem við geymum að óþörfu og þurfum að losna við.

Á sama hátt geta aðrir ekki gert okkur hamingjusöm eða kærleiksrík. Við getum bara elskað aðra ef við búum yfir ást til alls hér á jörðu, að okkur sjálfum meðtöldum. Að elska með skilyrðum er ekki ást, heldur þörf fyrir nánd, eða jafnvel þörf fyrir að stjórna öðrum eða bjarga.

Ef það er okkar upplifun að aðrir elski okkur ekki, er það vegna þess að við elskum okkur ekki sjálf. Við þurfum að elska okkur sjálf fyrst, áður en við getum elskað aðra og áður en við getum meðtekið ást annarra. Og rétt er að taka fram að ást hefur ekkert að gera með hvort fólk kýs að vera í sambandi eða ekki.

Allt er innra með þér og ef þú ert ekki sátt við lífið eins og það birtist þér, þarftu að líta inn á við til að eitthvað breytist.

Lífsviðhorfið og undirmeðvitundin

Hugurinn skiptist í meðvitund og undirmeðvitund. Í meðvitundinni hugsum við rökrétt, mátum nýjar upplýsingar við lífsviðhorfið og metum hvort við tökum þær inn sem viðbótarþekkingu eða hvort við höfnum þeim sem bulli. Undirmeðvitundin er hins vegar eins konar safnhaugur alls kyns hugmynda og skilaboða frá umhverfinu.

Fyrstu árin, áður en við lærðum að hugsa sjálfstætt, fór allt beint í safnhaug undirmeðvitundarinnar. Við drukkum í okkur allt sem við sáum og heyrðum í þeirri viðleitni að læra á lífið. Þótt við færum smám saman að hugsa sjálfstætt hélt umhverfið áfram að dæla inn upplýsingum sem fóru óritskoðaðar beint í undirmeðvitundina. Hugmyndir og viðhorf foreldranna, viðbrögð þeirra og aðstæður, viðhorf stórfjölskyldu og samfélagsins, ásamt eigin upplifunum og tilfinningum, allt blandaðist þetta saman og mótaði það sem við getum kallað lífsviðhorf.

Ef amma þín sagði nógu oft að lífið væri erfitt, varð það líklega viðhorf þitt. Ef mamma þín var alltaf blönk eða pabbi þinn þeirrar skoðunar að nágrannar væru óþjóðalýður og bara til vandræða, urðu það líka viðhorf þín. Ef kennarinn sagði að það myndi aldrei rætast úr þér, trúir undirmeðvitundin því. Ef vinkona sagði að þú værir í asnalegum fötum, þá er það skráð sársaukafullum stöfum að þú sért asnaleg.

En þetta gat líka verið jákvætt. Kannski fékkstu einmitt skilaboð um að þú væri hæfileikarík, klár og falleg, að lífið væri leikur og að hjálp væri alltaf á næsta leiti.

Lífsviðhorfið var nefnilega ekki það eina sem mótaðist í undirmeðvitundinni. Þarna mótaðist líka sjálfsmyndin, einmitt í takt við þau skilaboð sem þar hrúguðust inn. Og af því undirmeðvitundin hugsar ekki sjálfstætt eða ritskoðar, fór allt þarna inn, líka meiðandi setningar sem fjölskylda, vinir eða aðrir sem stóðu okkur nærri, sögðu í stundarbræði eða hugsunarleysi.

Meðvitaði hugurinn hugsar hins vegar sjálfstætt, ritskoðar og getur valið til dæmis að hugsa jákvætt. En vandamálið er að meðalmaðurinn notar meðvitaða hugann afar lítið. Okkur finnst við vera stanslaust eitthvað að hugsa, en rannsóknir hafa sýnt að hjá meðalmanni eru 95% af því sem fer fram í huganum ómeðvitað raus undirmeðvitundarinnar. Aðeins 5% eru meðvitaðar hugsanir.

Þetta væri allt í lagi ef undirmeðvitundin væri að segja eitthvað uppbyggilegt, en staðreyndin er að hún er eins og óttaslegið barn með áhyggjur af öllu. Undirmeðvitundin mótaðist þegar við vorum börn og hún vex ekki upp úr barnaskapnum fyrr en við breytum henni meðvitað.

Lífsviðhorf og sjálfsmynd skipta miklu máli því þau ákvarða hvað þú telur almenna skynsemi, hvernig þú metur aðstæður og bregst við. Á meðan undirmeðvitundin er eins og hrætt barn, getum við ekki nýtt hana okkur til framdráttar.

Meðvitaði hugurinn má sín einskis, sérstaklega þegar hann fær bara 5% af tímanum. Tökum dæmi. Í meðvitaða huganum ákveður þú að hætta að drekka áfengi eða borða sykur og þér tekst það kannski í nokkra daga. En ef undirmeðvitundin trúir því að besta leiðin til að takast á við erfiðar tilfinningar sé að fá sér drykk eða eitthvað sætt, muntu falla á bindindinu um leið og erfiðar tilfinningar koma upp. Það er alveg sama hversu mikinn viljastyrk þú telur þig hafa, viljinn má sín einskis gagnvart undirmeðvitundinni.

Tökum annað dæmi. Ef undirmeðvitundin trúir því að þú sért ekki verðug ástar, þá er sama hversu mörg sambönd þú prófar, tíðnin dregur alltaf að sér menn sem elska þig ekki. Ef undirmeðvitundin trúir því að þú sért misheppnuð, er alveg sama hversu margar háskólagráður viljinn kemur þér í gegn, draumastarfið kemur ekki til þín.

Við getum þjálfað meðvitaða hugann til að hugsa jákvætt og uppbyggjandi hugsanir, en ef þær hugsanir stangast á við lífsviðhorfið í undirmeðvitundinni breytist lítið. Tíðni undirmeðvitundarinnar þarf að vera sú sama og tíðni hins meðvitaða huga til að eitthvað mikið breytist.

Undirmeðvitundin er stundum kölluð tilfinningahugurinn því hún bregst við tilfinningalega. Þess vegna er svo auðvelt að mata fólk með alls konar falsfréttum og vitleysu með því að tengja tilfinningar við skilaboðin. Undirmeðvitundin gerir engan greinarmun á ímyndun og veruleika.

Ef meirihluti mannkynsins notar ekki meðvitaða hugann til að greina upplýsingar, heldur bregst við af tilfinningahita, fer vitleysan óritskoðuð beint í undirmeðvitundina og þá er ekki skrítið að víða ríki þröngsýni og fordómar.

Hvar sem stór hluti fólks hefur ákveðin viðhorf eða tilfinningar verður til svokölluð samfélagsvitund. Núna er samfélagsvitundin til dæmis full af ótta og þá er sérlega auðvelt að nota ótta til að breiða út ranghugmyndir. Með því að tengja einhverja frétt við ótta eða skort, til dæmis að störf séu af skornum skammti, eða útlendingar séu komnir til að ræna okkur, er auðvelt að fá fólk til að bregðast við af offorsi.

En einmitt þessi hæfileiki undirmeðvitundarinnar, að gera engan greinarmun á ímyndun og veruleika, gerir okkur kleift að skapa framtíðina. Við getum breytt undirmeðvitundinni til að fá þann veruleika sem við sækjumst eftir.

Ef þú vilt laða að þér betri aðstæður, verðurðu að auka þátt meðvitaða hugans og nota hann til að breyta viðhorfunum í undirmeðvitundinni. Viðhorfin mótuðust í upphafi með endurteknum skilaboðum og því getum við notað endurtekningar til að breyta þeim. Þess vegna eru staðhæfingar svo gagnlegar. En þær þarf að endurtaka þar til að við erum farin að trúa þeim innst inni.

Þar sem þú þylur staðhæfingar markvisst fær meðvitaði hugurinn meira vægi. Gott er líka að gera hugleiðslur og að hlusta meðvitað á hugsanirnar við hvert tækifæri.

Dæmi um staðhæfingar

Ég elska sjálfa mig og er verðug ástar.
Ég er svo hamingjusöm og þakklát fyrir að starfa við það sem ég elska.
Ég fæ tækifæri til að nýta hæfileika mína.
Ég vakna hamingjusöm og þakklát á hverjum morgni og veit að hver dagur verður stórkostlegur.
Góðir hlutir streyma til mín.
Ég er þakklát fyrir alla þá velmegun sem streymir til mín.
Ég er ást og kærleikur.
Allt sem ég þrái er innra með mér.

Viðhorf okkar til lífsins mótuðust í undirmeðvitundinni í bernsku eins og áður segir. Sem fullorðnir einstaklingar höfum við tækifæri til að skoða þessi viðhorf og kanna hvað er að gera líf okkar erfiðara.

Stjórnsami maðurinn, sem fjallað var um áðan, ólst upp við andlegt og líkamlegt ofbeldi og eins og mörg börn í þannig aðstæðum hafði hann tileinkað sér svartsýni til að forðast vonbrigði. Hann var því sannfærður um að ef eitthvað gæti farið úrskeiðis þá myndi það gera það. Hann vildi ómögulega hlusta þótt ég benti honum á að ef hann væri svo sannfærður, þá *myndi* eitthvað fara úrskeiðis. Að hann væri að draga vesenið til sín. Hann sagði að ég væri að predika og að hann fílaði það ekki. Hann vissi nefnilega allt best sjálfur.

Hann var að fara til útlanda til að halda námskeið um sjálfseflingu og lagði mikið á sig til að láta prenta stórt plakat til að taka með. Á leiðinni út þurfti hann að fljúga með tveimur flugvélum og var með nokkuð mikinn handfarangur. Ég ætlaði að benda honum á að telja pinklana sem hann væri með í handfarangri, til að muna eftir öllu alla leið, en sleppti því vegna þess hversu fúll hann varð alltaf þegar ég sagði eitthvað. Hann endaði að sjálfsögðu á að gleyma plakatinu í fyrstu flugvélinni.

Á sama tíma og hann fór í loftið átti ég að tékka strákana hans í annað flug til mömmu þeirra í öðru landi. Pabbinn hafði gefið nákvæm fyrirmæli um að segja að þeir væru búsettir í þriðja landinu til að forðast vesen. Innritunin gekk vel, en þegar strákarnir gengu framhjá landamæraeftirlitinu og vörðurinn spurði hvar þeir byggju, missti annar strákurinn út úr sér að þeir byggju þarna í Frakklandi. Varð þá uppi fótur og fit því með frönskum börnum þarf eyðublað með leyfi annars hvors foreldris til að fara úr landi. Það var hringt í mig en ég var ekki með slíkt eyðublað né heimild til að skrifa undir neitt svo strákarnir misstu af vélinni.

Upphófst nú meiriháttar vesen að redda þessu eyðublaði. Mamman í öðru landi og pabbinn í háloftunum og á meðan beið ég með strákunum hjá flugvallarlögreglunni. Ef maðurinn hefði bara trúað því að allt færi vel og fyllt út eyðublaðið áður en hann færi úr landi, þá hefði þetta ekki orðið neitt vesen. En hann var ákveðinn í að eitthvað færi úrskeiðis og því fór sem fór.

Er lífið yndislegt eða erfitt og ósanngjarnt?

Hvernig er lífsviðhorf þitt? Ertu viss um að eitthvað fari úrskeiðis eða viss um að allt fari vel? Er lífið óreiða sem þú reynir af fremsta megni að hafa stjórn á? Eða treystirðu að lífið færi þér það sem þú þarft? Er heimurinn vinveittur eða óvinveittur? Geturðu slakað á eða finnst þér lífið leiðinlegt ef það er enginn hasar?

Skoðaðu eftirfarandi setningar og sjáðu hvar á skalanum þú skorar. Veldu 0 ef þú ert sammála fullyrðingunni til vinstri, 100 ef þú ert sammála þeirri til hægri. Ef þú ert ósammála báðum velurðu einhverja tölu þar á milli sem lýsir hvar viðhorf þín liggja.

Því hærra sem þú skorar því hærri tíðni ertu á og því auðveldara verður að skapa þá framtíð sem þú ert sátt við.

0 sammála	**Ósammála 100**
Ókunnugu fólki er ekki treystandi.	Allir eru góðir að eðlisfari.
Það eru þjófar alls staðar og bara spurning hvenær einhverju verður stolið frá mér.	Ef einhver stelur frá mér er það hans karma og ég fæ það til baka í öðru formi.
Ég finn aldrei bílastæði.	Ég finn alltaf bílastæði.
Ég er viss um að eitthvað fari úrskeiðis í aðgerðinni.	Aðgerðin mun ganga vel og ég mun ná mér fljótt.
Þetta verður ömurlegur dagur.	Þetta verður góður dagur.
Ég trúi ekki á kraftaverk.	Ég býst við kraftaverkum.
Ég er alltaf sein, alveg sama hvað ég reyni.	Ég ber virðingu fyrir tíma annarra og gef mér góðan tíma.
Ég er alltaf blönk/blankur.	Ég fæ allt sem ég þarf til að lifa.
Aðrir skilja mig ekki.	Vinir mínir skilja mig.
Ég er svo óheppin(n).	Ég er alltaf svo heppin(n).
Allt slæmt sem gerist er alltaf öðrum að kenna.	Ég ber ábyrgð á öllu sem gerist í lífi mínu.
Aumingja ég, allt er á móti mér og þegar eitt vandamál leysist kemur bara eitthvað annað.	Lífið er skóli með alls kyns lexíum og því fyrr sem ég læri lexíurnar, því fyrr kemst ég úr aðstæðum.
Hægt er að koma í veg fyrir vandamál með því að skipuleggja allt í þaula og reikna fyrirfram út viðbrögð annarra.	Vandamál eru bara til að leysa og þó svo útkoman verði ekki eins og ég áætlaði, verður það allt í lagi.
Það þarf að hafa fyrir lífinu.	Lífið er yndislegt og gott.

Það þarf að hafa fyrir lífinu?

Þetta samfélagslega viðkvæði var algengt þegar ég var að alast upp og eimir jafnvel enn eftir af því. „Það þarf að hafa fyrir hlutunum. Ekkert kemur auðveldlega til þín."

Þetta var gamli hugsunarhátturinn þar sem lífið snerist um heppni eða óheppni og refsingu almættisins ef við yrðum of góð með okkur. Samkvæmt þessu ættum við að vera dauðhrædd við velgengni því hún leiðir bara til drambs og ofmetnaðar og mjög líklega yrði okkur refsað fyrir hana með því að taka frá okkur eitthvað sem væri okkur verulega kært. Þess vegna var nauðsynlegt að berjast fyrir öllu og vera ekki of bjartsýn, annars yrði það tekið af okkur. Eins og enska máltækið segir: „Easy come, easy go."

Mjög líklega er þetta viðhorf í genunum okkar, því síðustu árhundruði hefur það gegnsýrt íslenskt samfélag. Fólk óttaðist öfund annarra og gerði lítið úr eigin velgengni, því það trúði að aðrir gætu sent þeim illa anda sem eyðilegðu fyrir þeim.

Aðrir geta hins vegar ekki sent okkur illa anda eða skemmt fyrir okkur, því karma sér um að þeir fái það alltaf til baka. Ef við erum á sömu tíðni og þeir, er það okkar tíðni sem kallar á það. Ef við hins vegar treystum því að allt fari vel og að við njótum alltaf verndar, þurfum við ekkert að óttast álit eða sendingar annarra.

En þar sem þetta viðhorf er líklegast djúpt í undirmeðvitundinni, þurfum við að kafa eftir því og breyta. Núna gæti viðhorfið birst í því, að ef við ætlum að hafa það náðugt, þurfum við að vinna eins og brjálæðingar fyrst og safna. En þar sem við þurfum alltaf meira og meira til að geta haft það náðugt, höldum við áfram að þræla þar til við missum heilsuna og neyðumst til að slaka á. Þá er jafnvel of seint að njóta þess sem draumar okkar stóðu til eða við fyllumst samviskubits yfir að vera ekki að „gera eitthvað af viti".

Þetta viðhorf speglast líka í því að þurfa að stjórna öllu. Við leitumst við að stjórna, ekki bara atburðum, heldur einnig öðru fólki til að fá þær niðurstöður sem við viljum.

Eins og áður segir er stjórnsemi birtingarmynd á óöryggi. Með því að hafa alla þræði lífsins í hendi reynum við að tryggja að allt fari vel. Ef aðrir gera ekki eins og við viljum, verðum við brjáluð eða vonsvikin. Að taka sénsinn á að almættið geti betur stjórnað lífinu okkar væri óhugsandi. En það er svo mikið frelsi fólgið í því að sleppa stjórninni. Til að við getum sleppt þurfum við að lyfta okkur upp úr ótta, óöryggi, sjálfsefa og skömm, það er að segja, fjarlægja þessar uppsöfnuðu tilfinningar sem eru svo ríkar í okkur, en algjörlega óþarfar.

Skortsviðhorf er að halda að þig vanti alltaf eitthvað og þá verður það þannig

Í rótarstöðvarkaflanum í bókinni *Tendraðu ljósið innra með þér* fjallaði ég um skortshugsunarhátt Íslendinga. Í margar aldir bjó þjóðin við skort og það er tiltölulega nýlega í sögulegu samhengi, sem við fórum að búa við öryggi. Þess vegna eimir ennþá eftir þessu í genum okkar og innræti. Sérstaklega hjá okkur sem erum fædd á 20. öldinni. Mjög líklega berum við það einnig með okkur úr öðrum lífum, í því skyni að vinna úr því hér og nú.

Ef við erum alltaf hrædd um að missa eða hafa ekki nóg, erum við að takmarka það sem heimurinn getur fært okkur. Einu takmarkanirnar erum við sjálf, því auðlindir Alheimsins eru ótakmarkaðar og nóg til handa öllum. Þetta kallast *Allsnægtarlögmálið*. Við getum öll fengið það sem við þurfum til að lifa.

Ef við trúum því að við séum alltaf blönk, verður það svo. Ef við trúum því hins vegar að við höfum alltaf nóg, verður það svo. Við verðum að hreinsa viðhorf skorts og örbirgðar úr undirmeðvitundinni og setja í staðinn að við höfum nú þegar allt sem við þurfum. Kannski finnst þér það ekki í fyrstu, en til að hraða ferlinu geturðu þakkað af öllu hjarta fyrir alla þá peninga sem koma til þín. Þar með örvarðu flæðið og opnar fyrir óvæntar fjárhæðir inn á bankareikninginn.

Við fáum alltaf eitthvað, hversu lítið sem það er. Ef við sjáum það ekki og trúum því að við fáum aldrei neitt, er Alheimurinn ekkert æstur í að gefa okkur meira. Hann speglar alltaf innra viðhorf okkar. Ef við hins vegar þökkum af alhug fyrir allar gjafir Alheimsins, sama hversu smáar þær virðast, vill Alheimurinn ólmur gefa okkur meira.

Það er vissulega rétt að það þurfi að hafa fyrir lífinu, en ekki eins og við höldum. Við höfum fyrir því með því að losa okkur við heftandi viðhorf og gildi og hugsanir sem gera lítið úr okkur, sem og gamlar tilfinningar sem þjóna okkur ekki lengur.

Í staðinn hugsum við jákvætt og með þakklæti, breytum úreltum viðhorfum í valdeflandi viðhorf, einbeitum okkur að því sem við erum góð í eða höfum brennandi áhuga á og treystum því að Alheimurinn muni færa okkur allt sem við þurfum. Hljómar einfalt, en er kannski ekki alveg jafn auðvelt í framkvæmd.

Jörðin er svo ótrúlega margþættur skóli og námsefnið endalaust. Þegar við erum búin að læra einföldustu verkefnin, fáum við flóknari. Ein af æfingunum fyrir lengra komna er einmitt að átta sig á því að við sköpum okkar eigin heim.

Eftir því sem orkan eða tíðnin hækkar, er auðveldara að skapa sína eigin framtíð. Þess vegna þurfum við ekki að fara til spákvenna eða manna til að láta segja okkur hvernig framtíðin verður. Framtíðin er í okkar höndum. Eða öllu heldur í undirmeðvitund okkar.

Við höfum frjálsan vilja og með því að taka til í undirmeðvitundinni og hækka tíðnina getum við framkallað það sem við viljum. Sem færir okkur að næsta lögmáli, *Lögmáli aðdráttaraflsins*.

4.

Lögmál aðdráttaraflsins

Frægasta lögmálið er sennilega *Lögmál aðdráttaraflsins*. Eins og ég sagði í innganginum hefur það verið stórlega einfaldað í að kalla til sín það sem maður vill með því að sjá það fyrir sér og trúa því staðfastlega að maður fái það. Ef það kemur ekki, hefur smá vafi hjá okkur sjálfum komið í veg fyrir að við fengjum það. En það er ekki svo einfalt.

Á Reiki námskeiði sem ég sótti var farið í þetta lögmál og í framhaldinu ákvað ég að prófa hvort það virkaði. Ég óskaði þess að geta keypt mér lítinn bíl. Minn fyrrverandi vildi alltaf vera á jeppum til að komast upp á hálendi og af því við vorum yfirleitt blönk höfðum við bara efni á gömlum jeppum sem biluðu oft. Kosturinn var að eiginmaðurinn gat gert við þá, en það var leiðinlegt að eiga alltaf á hættu að bíllinn bilaði þegar verst stæði. Jeppar voru auk þess dýrir í rekstri og lítill bíll myndi spara bensín innanbæjar.

Beint eftir námskeiðið óskaði ég mér einu sinni og svo hugsaði ég ekki meira um það. Óskin var aftast í huganum en ég var ekki stanslaust að hugsa hvað mig *vantaði* lítinn bíl eða hvað ég *þráði* heitt að eignast nýjan. Ég var hlutlaus.

Í hverjum mánuði til þessa keypti ég mér alltaf eina frekar dýra flík. Ég vann nálægt Laugaveginum og í hádeginu fór ég í búðirnar til að fá tilbreytingu. En eftir þetta missti ég löngunina til að kaupa mér nokkuð og peningar fóru að hrannast upp á reikningnum. Það var ýmislegt fleira sem ég hætti að kaupa og eftir ótrúlega stuttan tíma var ég komin með upphæð fyrir litlum notuðum bíl. Þá bað ég englana að hjálpa mér að finna bíl sem myndi bila minnst og einn daginn rambaði ég á einn góðan sem entist mér í mörg ár. Þarna laðaði ég til mín nákvæmlega það sem ég bað um.

Það er afskaplega gott að óska sér einhvers ákveðins, hætta svo að hugsa um það og leyfa Alheiminum að senda það til þín á réttum tíma. Ég fékk fyrsta snjallsímann minn gefins og þegar hann var orðinn ansi gamall og úreltur, óskaði ég þess að ég fengi annan síma gefins. Nokkrum árum síðar gaf vinkona mín mér gamla símann sinn þegar hún fékk sér nýjan. Eftir þetta bað ég um að ég fengi alltaf gefins síma og viti menn, nokkrum árum síðar gaf hún mér annan síma þegar hún fékk sér nýjan.

Á ferðalaginu fór ég í stutta heimsókn til Istanbúl í Tyrklandi og þar sem ég gekk um Beyoglu, eitt elsta og fallegasta hverfið í borginni, óskaði ég mér heitt og innilega að einhver myndi lána mér íbúðina sína í mánuð eða tvo. Svo hugsaði ég ekki meira um það. Nokkrum mánuðum síðar kom ég aftur til Istanbúl og fljótlega eftir að ég kom, var ljóst að ég gæti ekki dvalið í húsnæðinu sem ég hafði reiknað með. Fór ég nú á stúfana að leita að nýju húsnæði og frétti þá af konu sem var að leita að einhverjum til að passa tvo ketti í sex vikur á meðan hún færi til útlanda.

Þar sem ég kom upp úr neðanjarðarstöðinni til að hitta hana og varð litið upp á húsin, sá ég að þetta var nákvæmlega þar sem ég hafði óskað mér að einhver myndi lána mér íbúð. Alheimurinn heyrði ósk mína og lét hana rætast.

Einu sinni dreymdi mig um að búa í Suður-Frakklandi í húsi með sundlaug. Svo var það að mér bauðst að passa hund og hús rétt fyrir utan Toulouse í mánuð. Þar sem ég stóð einn svalan sólardaginn úti á palli og horfði yfir sveitina með ískalda sundlaugina við tærnar, sló niður í hugann að þetta var nákvæmlega það sem ég hefði óskað mér. Þetta var reyndar bara í einn mánuð og auk þess í nóvember þegar veðrið var orðið of kalt til að nota sundlaugina, en þetta var samt gjöf Alheimsins til mín.

Svona getur lögmálið virkar. Tíðnin þarf að vera rétt og það sem þú óskar þér þarf að vera í samræmi við innri viðhorf. Við löðum að okkur það sem við erum tilbúin að fá og sem samsvarar þeirri tíðni sem við erum oftast á. Öll viljum við fá góða hluti til okkar, en ef tíðnin er lág fáum við bara verkefni sem eiga að hjálpa okkur að hækka tíðnina.

Alheimurinn getur ekki sent þér það sem er í andstöðu við það sem þú trúir og hugsar.

Segjum að þú biðjir um meiri peninga, en sért föst í þeirri hugsun að þú sért svo blönk og þar með á tíðni ótta, skorts og örvæntingar. Það er eins og að reyna að kenna einstaklingi, sem fer aldrei ofan í vatn, að synda. Alheimurinn mun fyrst leitast við að koma þér ofan í vatnið, það er að segja að hækka tíðnina með því að vinna með óttann og senda þér atburði sem kalla hann fram. Þitt er svo að gera þér grein fyrir óttanum og blankheitaviðhorfunum og losa þig við þau meðvitað.

Þegar ég var um það bil hálfnuð með þriggja ára ferðalagið mitt sögðu leigjendurnir mínir upp húsnæðinu, kváðust ekki getað borgað síðustu tvo mánuðina og að fyrirframgreiðslan yrði að ganga upp í leiguna. Ég fór næstum yfir um af áhyggjum.

Á þessum tíma lifði ég á tuttugu þúsund kalli sem var mismunurinn á leigunni sem ég innheimti af leigjendunum og því sem ég borgaði sjálf í leigu. Tuttugu þúsund er afskaplega lág upphæð svo þess vegna var ég búin að eyða andvirði bílsins sem ég seldi áður en ég fór, sem og fyrirframgreiðslunni. Ekki einungis myndi ég missa af þessum litlu tekjum, heldur þyrfti ég þá sjálf að standa straum af leigunni.

Ég átti smá sparnað sem ég vildi helst ekki snerta en gæti auðvitað notað, en af því ég var svo föst í þeirri hugsun að ég yrði sérlega blönk þessa tvo mánuði, hrúguðust á mig alls kyns óvænt útgjöld til að auka enn á stressið hjá mér. Það var ekki fyrr en ég hætti að tönglast á því hversu blönk ég væri að hlutirnir fóru að ganga betur.

Það þýðir ekkert að reyna að laða til þín velgengni ef örbirgðarhugsunin er ríkjandi. Fyrst verðurðu að hætta að hugsa um neyðina, tileinka þér viðhorfið að þú sért rík nú þegar og þakka fyrir allt sem þú hefur. Þakkaðu fyrir alla þá peninga sem koma til þín, þótt það séu „bara" atvinnuleysisbætur eða örorkubætur. Bætur eru frábærar því þær hjálpa okkur að borga reikningana.

Ímyndaðu þér ef það væru engar bætur, þá hefðirðu kannski ástæðu til að kvarta. Vanþakklæti stöðvar flæðið og þakklæti opnar fyrir það. Vertu þakklát fyrir allt sem kemur til þín, þá færðu meira.

Taktu hverja kvittun eða greiddan reikning og skrifaðu aftan á að þú fáir þetta sjöfalt til baka. Þar með fljúga áhyggjur út í buskann og þú sleppir dauðahaldinu sem þú heldur í peninga.

Það virkar heldur ekki að biðja um eitthvað og vera svo alltaf að bíða eftir að það komi. Ef þú hugsar margoft „Hvenær kemur það? Hvenær kemur það?" þá ertu að ýta því frá þér, því þar með ertu að gefa frá þér orku skorts og örvæntingar. Þig skortir það sem þú ert að bíða eftir.

Eftir því sem tíðnin er hærri er auðveldara að vinna með þetta lögmál. Þegar við biðjum um eitthvað í örvæntingu, af heimtufrekju eða tilætlunarsemi, er Alheimurinn ekkert að flýta sér. Það er ekki fyrr en við breytum viðhorfinu í þakklæti fyrir það sem við höfum, að Alheimurinn er tilbúinn að láta okkur fá meira.

Örvænting hindrar það sem við erum að biðja um. Það getur verið erfitt að geta barn og eftir áralangar tilraunir er skiljanlegt að fólk sé orðið örvæntingarfullt. En þeir sem eru að reyna að eignast barn verða að sleppa og láta Alheiminn um að færa þeim það sem sálirnar báðu um.

Sumum er ekki ætlað að eignast barn, kannski til að laga eitthvað karma, kannski til að persónurnar hafi tíma til að sinna öðru. Sumar sálir ákváðu frekar að ættleiða. Sumar konur verða ófrískar um leið og þær sleppa stjórninni.

Því fyrr sem við trúum því að allt sé eins og það á að vera, því auðveldara verður lífið. Orðatiltækin *Ef Guð lofar* og *Inshallah* snúast nákvæmlega um þetta. Að það sé ekki í okkar höndum að ákveða allt. Sumt er bara ákveðið á æðra plani.

Að sleppa stjórninni og leyfa Alheiminum að ákveða hvernig hann sendir okkur það sem við þurfum, hækkar tíðnina svo lífið verður auðveldara.

Alheimurinn sendir þér alltaf það sem þú biður um, en það er kannski ekki nákvæmlega eins og þú vildir. Þú ert kannski í öngum þínum eftir sambandsslit og óskar þér nýrrar ástar. Fyrr en varir hittirðu einhvern sem þú ert sannfærð um að sé draumaprinsinn eða draumaprinsessan, en eftir nokkra mánuði sérðu að viðkomandi er ekkert skárri en sá síðasti.

Vegna þess að þú varst ekki búin að vinna neitt í sjálfri þér og ert þess vegna enn á sömu tíðni, fékkstu aftur það sama.

Eða þú biður um nýtt armbandsúr og einn góðan veðurdag gefur þér einhver úr, alveg óvænt. Þetta er alls ekki úr eins og þig langaði í, en af því þú gleymdir að taka fram hvernig það átti að vera, hugsaði Alheimurinn bara um að redda þér nýju úri, sama hvernig það liti út.

Þegar ég var lítil stelpa man ég eftir móðursystrum mínum svo glæsilegum í pelsum, ilmandi af Chanel No. 5 og ég óskaði að ég gæti orðið eins og þær. Ekkert mál að eignast Chanel ilmvatn en meira mál með pels sem kostaði mörg hundruð þúsund.

Mörgum áratugum síðar var ég að vinna verkefni í háskólanum og tók viðtal við mann sem saumaði mokkaskinnsjakka og -kápur hér áður fyrr. Hann reyndist ennþá vera að dunda sér við að sauma og sagðist ætla að sauma gæruskinnskápu í minni stærð fyrir einhverja keppni. Ef ég vildi, gæti ég keypt kápuna á efniskostnaðarverði, en það væri samt engin pressa. Eini gallinn var að hann ætlaði að sauma úr svörtu skinni og ég geng helst ekki í svörtu. En ég hafði gleymt að taka fram við Alheiminn að pelsinn ætti að vera annar litur en svartur, svo ég ákvað að þetta væri Alheimurinn að verða við óskinni og keypti kápuna. Þannig ef þú biður um eitthvað, vertu viss um að biðja um réttan lit. Ég notaði kápuna í áratug eða svo og endaði á að gefa hana vinkonu minni sem kann betur að meta svartan lit.

Það gæti alveg gerst að við fáum það sem við biðjum um, en vegna þess að það var ekki nákvæmlega eins og við bjuggumst við, sjáum við það ekki. Eða við viljum ekki fá það sem Alheimurinn sendir okkur, þótt við höfum beðið nákvæmlega um þetta. Eins og til dæmis gætum við óskað þess að hafa meiri tíma fyrir okkur sjálf og lendum svo í slysi. Vissulega fáum við þá yfrið nægan tíma en þá verðum við reið út í lífið fyrir að hafa gert okkur þennan óleik, þótt þetta hafi verið nákvæmlega það sem við báðum um.

Það sem þú biður um þarf að vera eitthvað sem þú stefnir að. Ef þú ert alltaf að skipta um skoðun, veit Alheimurinn ekki hvað þú vilt. Eins og þú værir á ferðalagi og værir alltaf að breyta um stefnu. Það er nokkuð ljóst að þú kemst aldrei á draumastaðinn ef þú breytir alltaf stefnunni.

Þess vegna er mælt með að búa til draumaspjald með myndum af öllu sem þig langar í og hengja innan á skáphurð eða hvar sem þú sérð það reglulega. Þetta hjálpar að halda athyglinni á takmarkinu, sérstaklega fyrir þá sem eiga erfitt með að hugsa í myndum. Þegar þú horfir á draumaspjaldið er mikilvægt að fyllast ekki örvæntingar eða þrár, heldur láta frekar eins og þú hafir þetta allt nú þegar.

Allt tekur tíma að verða til. Það tekur níu mánuðir að ganga með barn. Tré tekur nokkur ár að vaxa. Þótt þú plantir trjáfræi, ertu ekki daglega að kíkja í pottinn til að sjá hvort tréð sé tilbúið. Þú leyfir fræinu að taka sinn tíma, en hlúir að því með því að vökva og hafa næga birtu. Eins með draumaspjaldið þitt.

Vertu með fókusinn í lagi. Óskaðu þér einhvers sem þú virkilega vilt, slepptu svo að ofhugsa það og leyfðu Alheiminum að hagræða öllu þannig að óskin þín rætist. Það er svo magnað að sjá hvernig Alheimurinn leysir málin þegar maður leyfir honum það.

Líkur sækir líkan heim

Þú getur verið viss um að þeir sem laðast að þér finna samhljóm með einhverju hjá þér. Það geta verið lík lífsviðhorf, hvar á tíðniskalanum sem þau eru, eða samsvarandi uppsafnaðar tilfinningar. Þeir gætu líka sóst eftir ákveðinni speglun frá þér.

Manneskja með lélega sjálfsmynd, laðast að og dregur til sín fólk sem trúir því að það sé svo merkilegt og vantar einhvern sem dýrkar það og dáir. Þess vegna dragast meðvirkar manneskjur að einstaklingum sem eru sjálfhverfir og eigingjarnir, oft fíklar í vinnu, völd, peninga, áfengi, eiturlyf eða hvað sem er.

Á sama hátt dregst fólk sem upplifir sig sem fórnarlömb að stjórnsömu fólki. Fórnarlömbin eru að leita að einhverjum til að bjarga sér og stjórnsama fólkið er að leita að einhverjum til að stjórnast með.

Ef þú ert ekki tilbúin að veita nánd en sækir í samband, muntu laða að þér manneskju sem er ekki heldur tilbúin að veita nánd. Í stað þess að verða pirruð út í manneskjuna er betra að líta inn á við og kanna hvaða orka í þér dró reynsluna til þín.

Eins þýðir lítið að laða til þín maka, ef þú trúir ekki að þú verðskuldir ást. Þú gætir laðað til þín einhvern, en það væri þá maður eða kona sem kæmi jafnvel illa fram við þig. Það er ekki fyrr en þú ákveður að þú sért frábær og verðskuldir ást, að einhver sem elskar þig í raun og veru kemur inn í líf þitt.

Þú ert heldur aldrei fórnarlamb annars fólks. Þú berð alltaf ábyrgð á viðbrögðum þínum og hversu mikið þú lætur valta yfir þig. Allt er karma eða tíðni. Þeir sem svíkja þig, hafna þér eða halda framhjá, eru oft að vekja upp gamalt karma ykkar á milli. Þú hefur nú tækifæri til að klára karmað með því að fyrirgefa viðkomandi og sleppa. Það skiptir ekki máli hvort hann eða hún klári það frá sinni hlið eða ekki. Ef þau klára það ekki er alltaf einhver sál sem vill fá lærdóminn og getur komið í staðinn fyrir þig.

Hverjum við löðumst að er algjörlega ómeðvitað hjá okkur í upphafi. Við höldum að við höfum heillast af útliti manneskjunnar eða einhverju viðkunnanlegu sem kveikti í okkur. En í raun var þetta orka beggja aðila sem dró okkur saman eins og segull og líklega gamalt karma fyrir eldri sálir.

Fólk sem er með hvatastöðina á yfirsnúningi skynjar kannski hvað þetta lögmál er sterkt. Það er eins og þetta fólk sé með radar á aðra sem einnig eru með hvatastöðina virkasta. Hvort sem þeir fara bara út í búð að kaupa mjólk eða niður í bæ með makanum að kaupa ís, rekast þau á annað hvatastöðvarfólk og dragast að þeim eins og segull. Augu þeirra mætast og sjóðheitir straumar fara beint ofan í hvatastöð. Báðir aðilar fá ákveðið kikk, einhvers konar viðurkenningu á að þeir séu enn eftirsóknarverðir.

Stundum verður úr þessu stutt samband þar sem kynlíf spilar stórt hlutverk. Þau halda að þetta sé ást, en þegar kynlífið hættir að vera spennandi er ekkert eftir sem tengir þau. Tengingin náði ekki til hjartans.

Þess vegna er hægt að líta á öll sambönd sem tækifæri til að læra. Þetta er ekki spurning um ást heldur orku. Við getum elskað alla, en þurfum ekki að vera í ástarsambandi með öllum sem við elskum. Við gætum elskað manneskju afar heitt og gjarnan viljað vera í sambandi, en viðkomandi er bara ekki á sömu tíðni og við. Manneskjan myndi annað hvort draga okkur niður, eða við hana. Þá er betra að sleppa og sjá hvort hún eða við hækkum í tíðni til að vera sambærileg.

Það er ekki ást sem breytist í hatur um leið og viðkomandi særir þig. Sönn ást er skilyrðislaus. Lærdómurinn er að elska alla samferðamenn okkar og sýna þeim samkennd og skilning. Það þýðir samt ekki að við þurfum að umgangast alla, sérstaklega ekki ef þeir draga okkur niður. En það er óþarfi að hata nokkurn einasta mann. Aðrir eru að gera sitt besta, alveg eins og þú og ég, og þrá ekkert heitara en hamingju, alveg eins og þú og ég.

Ef þú trúir því að þú eigir að sjá um annað fólk, muntu laða að þér fólk til að sjá um. Ef þú ert viss um að enginn skilji þig, laðarðu einmitt til þín fólk sem skilur þig ekki. Ef þú ert viss um að fólk svíki og pretti, muntu laða til þín fólk sem svíkur þig. Ef þú ert viss um að fólk sé gott og heiðarlegt, laðarðu til þín þannig fólk.

Ef einhver stelur frá þér, færðu tækifæri til að fyrirgefa, hugsa hvaða viðhorf þú geymir, hvort þú sért á tíðni skorts og hvað þú getir gert til að hækka tíðnina.

Allt sem hendir okkur er tækifæri til að fyrirgefa og hækka tíðnina.

Eins og fram kom í tíðnikaflanum eru eiginleikar eða ástand eins og eymd, örvænting, þunglyndi, dómharka og tillitsleysi á talsvert mikið lægri tíðni en kærleikur, góðvild, hamingja, gleði og örlæti. Orka leitar uppi orku á samsvarandi tíðni.

Skoðaðu nú fólkið í kringum þig, sérstaklega þá sem þú verð mestum tíma með. Það er sagt að við séum meðaltalið af þeim fimm sem við umgöngust mest. Ef þú ert ekki sátt við að einhver þeirra dragi þig niður í meðaltali er kannski kominn tími til að líta í eigin barm og skoða hvað hún eða hann speglar hjá þér og jafnvel að minnka umgengni við þá manneskju.

Eftir því sem tíðnin hækkar hjá þér verður kannski erfiðara að umgangast gamla vini og ættingja sem ekki eru að vinna í sjálfum sér. Þeir verða pirraðir eða árekstrar koma upp og smám saman hætta þeir að vilja hitta þig. Þá er mikilvægt að finna nýja vini sem þú átt meira sameiginlegt með.

Okkur þarf ekki að líða illa þótt vinslit verði. Það er meðvirkni að láta draga sig niður á lægri tíðni af einhverri ímyndaðri hollustu við gamla vini. En þótt sumir vinir hverfi á braut, hittirðu kannski aftur gamla vini sem unnu í sínum málum fyrir löngu og nú hefur þú náð þeim.

Hins vegar er erfiðara að hætta að umgangast fjölskylduna. Ef nákomnir ættingjar eru fastir á lágri tíðni er ýmislegt sem þú getur gert. Í fyrsta lagi geturðu laumað til þeirra sjálfstyrkingarbókum sem fjalla um að taka ábyrgð á sjálfum sér eða gefið þeim dagatal með andlegum hugleiðingum. Kvartanir eru bara beiðni um hjálp og besta hjálpin er að hjálpa þeim að hjálpa sér sjálfir.

Í öðru lagi geturðu beðið fyrir fólkinu og sent þeim kærleiksorku. Gott er að ímynda þér bleikt ský svífa inn í hjartað á þeim. Bleikur er litur kærleiksins og bleika orkan mun milda hjartað.

Í þriðja lagi er þetta æfing í að halda tíðninni uppi og æfa umburðarlyndi. Þegar þau eru neikvæð, hugsar þú eitthvað jákvætt og sterkara á móti. Ef þau hneykslast á öðru fólki, stingur þú upp á uppbyggilegra umræðuefni. Þegar þau segja að heimurinn versnandi fari, geturðu bent á það jákvæða sem er að gerast. Það er viðbúið að þetta ýfi upp ergelsið, en þá geturðu æft þig í umburðarlyndi og leyft þeim að trúa því sem þau vilja. Þau eru á sinni leið og þú á þinni.

Við erum öll stórkostleg og fullkomlega eins og við ætluðum okkur að vera í þessu lífi. Þú valdir þér styrkleika og hæfileika til að sinna því hlutverki sem þú ætlaðir þér. Aðrir völdu sér sína hæfileika. Það völdu ekki allir að vera andlegir. Sumir völdu að vera efahyggjumenn og heimurinn þarf líka svoleiðis fólk. Sumir eru tilfinningaríkir, aðrir eru meira í huganum. Við þurfum alls konar fólk til að byggja samfélag og þú ert mikilvægur hlekkur í heildarmyndinni.

Með hækkandi tíðni laðarðu að þér nýja vini með sama áhugamál, að vinna í sjálfum sér og nýta jarðlífið til að þroskast. Jafnframt verður lífið auðveldara, þar sem þú ferð að taka öllu sem tækifæri til að læra. Þú þróar með þér umburðarlyndi gagnvart þeim sem ekki eru að vinna í sjálfum sér og leyfir öðrum að hafa sína skoðun. Síðast en ekki síst finnurðu innri frið þegar þú sleppir stjórninni og leyfir Guði, Alheiminum eða lífinu að sjá um að færa þér allt sem þú þarft.

Fólkið sem við umgöngumst speglar eitthvað innra með okkur.

Velmegun

Velmegun og allsnægtir þýða að öllum þörfum okkar er mætt og óskir okkar rætast. Velmegun þarf ekki að vera fjárhagslegt ríkidæmi, meira en við getum nokkru sinni eytt, heldur miklu frekar gnægð gleði, þakklætis eða hamingju. Það getur verið heilbrigði, góðir vinir, ást, skilningur og nægir peningar til að borga reikninga, kaupa það sem okkur langar virkilega í og gera það sem okkur finnst skemmtilegt. Velmegun er að hafa tilgang með lífinu og að hvert andartak sé þrungið óþrjótandi lífskrafti.

Við þurfum aldrei að leita velmegunar því hún er alltaf innra með okkur. Það eina sem við þurfum er að hleypa henni út. Velmegun og allsnægtir eru fyrir alla, guðlegur réttur hvers einasta okkar og það er nóg til fyrir alla.

Þú hefur allt sem þú þarft og ég hef allt sem ég þarf.
Það er til nóg fyrir alla.

Lífsviðhorfið í undirmeðvitundinni stjórnar hvernig við nýtum tímann. Ef við erum sannfærð um að aldrei komi neitt gott til okkar og tilgangslaust að hafa fyrir hlutunum, reynum við ekki einu sinni. Ef við trúum því að góðir hlutir komi til okkar og að draumar geti ræst, róum við öllum árum að því. Ef við einblínum á það sem okkur vantar, mun alltaf vanta eitthvað. Ef erum þakklát fyrir það sem við höfum, er lífið gott og við sátt.

Við erum það sem við ákveðum.

Við einföldum heiminn í þeirri viðleitni að ná utan um hann. Heimurinn er nefnilega svo gríðarlega stór og flókinn að við einföldum hann til að fyllast ekki örvæntingu. Samfélagið býr því til alls konar merkingar, réttar eða rangar, sem setjast í undirmeðvitundina og móta lífsviðhorf okkar. Að ríkt fólk sé vont og fátækt fólk gott. Að manneskja í jakkafötum þéni meira og sé hamingjusamari, en manneskja í vinnugalla. Að reitt fólk sé brjálað og að brjálað fólk eigi heima á Kleppi og þar af leiðandi að ef við sýnum reiði, endum við á Kleppi.

Frjálsi viljinn felur í sér að okkur er frjálst að endurskoða viðhorf, gildi og hverju við trúum um lífið, hvenær sem er á ævinni. Okkur er frjálst að þroskast og vinna úr reynslu æskunnar. Við getum meira að segja endurskapað okkur sjálf. Ég er til dæmis allt öðruvísi í dag en ég var rúmlega tvítug. Einnig öðruvísi en ég var um fertugt, þegar ég var enn full af ótta.

Ef lífsviðhorfin standa okkur fyrir þrifum, er mál að endurskoða þau. Í síðasta kafla skoðuðum við heimsmyndina eða lífsviðhorfið svo þú ættir að hafa nokkra hugmynd um hverju þú þarft að breyta.

Þegar ég ákvað að breyta viðhorfi mínu frá því að geta ekki lifað af bókunum mínum, í að geta það, varð ég að hugsa upp góðar staðhæfingar til að þylja. Setningin „Ég nýt velgengni" fannst mér óþjál og vitsmunaleg, svo ég ákvað að segja frekar: „Ég er velgengni!" Sú setning náði miklu betur inn í tilfinningalíkamann. Auk þess sagði ég nokkrum sinnum upphátt: „Alheimurinn sér til þess að ég geti lifað af bókaskrifum," og gætti þess að hafa það í nútíð en ekki framtíð.

Velgengni er ekki heppni eða óstöðvandi vinnusemi. Velgengni er nú þegar innra með okkur og þegar við opnum á hana, fáum við vísbendingar um hvernig er hægt að láta draumana rætast.

Við erum velgengni.
Við erum allsnægtir.
Við erum velmegun.
Við erum ríkidæmi.
Við erum árangur.
Við erum fókus.
Við erum virðing.
Við erum heilbrigði, kraftur, sátt, ást, gott hjónaband ...

Vani

Viðhorf mótar hegðun og hegðun verður að vana. Á hverjum degi gerum við sömu hlutina, hugsum sömu hlutina og segjum sömu hlutina. Ef þú ert ekki sátt við lífið eins og það er nú, er greinilega eitthvað sem þarf að breytast.

Fyrir áratugum hætti ég að borða hvítt hveiti og nú var kominn tími til að hætta sykrinum, en ég gat ekki fengið mig til þess. Mér fannst súkkulaði vera það eina góða sem ég leyfði mér og súkkulaði er vissulega gott til að líða betur í hjartanu. Ég var hætt að drekka áfengi og gosdrykki, reykti ekki, borðaði varla bakkelsi og helst ekki nammi, svo mér fannst að ég mætti leyfa mér að borða tvær lengjur af suðusúkkulaði á hverju kvöldi. Stundum dugðu tvær lengjur, en oftar var næstum öll platan allt í einu horfin ofan í mig. Í einni plötu af 45% súkkulaði eru 54 grömm af sykri, sem jafngildir 27 sykurmolum, jafn mikið og í hálfum lítra af kók.

Líkaminn var hættur að þola allan þennan sykur og gaf mér skýr merki með bólgum, liðverkjum og uppþembdum maga. Ég vildi gjarnan hætta en viðhorfið var mér til trafala. Ég ólst nefnilega upp við að þegar eitthvað bjátaði á, var það lagað með bita af súkkulaði, svo undirmeðvitundin var sannfærð um að súkkulaði væri nauðsynlegt til að mér liði vel.

Auk þess var tilhugsunin ömurleg að geta aldrei fengið mér súkkulaði aftur eða eftirrétti og kökur í boðum eins og aðrir. Mér fannst eins og þetta jafngilti því að skera af mér hægri handlegginn.

Sykur er eins og eiturlyf og í raun meira ávanabindandi en heróín, svo ég var búin að lesa mér til og fá ráð. Í eitt skipti tókst mér að hætta í viku. Næsta skipti skráði ég mig í sykurlaust átak og leiðbeinandinn bunaði á okkur alls kyns ljúffengum „sykurlausum" sætindauppskriftum sem keyrðu bara upp í mér sætindalöngunina svo ég féll eftir þrjá daga.

Svo lenti ég í aðstæðum sem kveiktu á erfiðum tilfinningum og lausnin mín eins og alltaf var að kaupa mér fullt af nammi. Það kvöldið borðaði ég 1500 kaloríur af nammi og loks kom að því að mér ofbauð sjálfri.

Þarna var ég loksins tilbúin að hætta í sykrinum og í stað þess að ákveða að þetta yrði fyrir lífstíð, stefndi ég að einu ári helst, en í minnsta lagi einum mánuði. Viðhorfið mitt breyttist frá því að höggva af mér handlegginn, í að þetta þýddi *ekki* að ég myndi *aldrei* fá að borða neitt sætt framar.

Ég skrifaði niður allar ástæður fyrir því að hætta á sykri, líkamlegar og andlegar. Ég elda venjulega allt sjálf frá grunni svo það var enginn nýjung, en forðaðist súkkulaði-, kex- og nammihillurnar í búðunum og hugsaði að þetta væri eitur. Á kvöldin hnýtti ég armbönd í stað þess að fá mér súkkulaði. Eitt armband fyrir hvern dag sem ég var sykurlaus fyrstu vikuna og svo eitt fyrir hverja viku. Mér tókst að vera heilan mánuð án þess að láta hvítan sykur eða viðbættan inn fyrir mínar varir.

En undirmeðvitundin er afskaplega útsmogin. Af því að ég hafði ákveðið bindindi í að minnsta kosti mánuð, hugsaði undirmeðvitundin lævíslega að nú mætti ég falla. Einmitt þá var mér boðið í afmæli þar sem ég vissi að ekkert yrði á boðstólnum nema kökur. Meðvitundin ákvað að ég mætti njóta í þetta sinn, því ég sór og sárt við lagði að byrja strax aftur í bindindi.

Það tók mig hins vegar heilan mánuð að byrja aftur. Úr því ég var fallin hvort sem var, var undirmeðvitundin ötul við að freista mín með öllu sem mér fannst svo gott. Hana langaði ekkert að hætta að borða sætt.

Dagana sem ég hætti aftur fékk ég gífurlega þörf fyrir að fara í IKEA sem varð að þráhyggju. Til að forðast að hugsa um súkkulaði einbeitti ég mér nefnilega að því að endurhanna stofuna hjá mér og einn púðinn passaði ekki lengur í litaþemað. Á heimasíðu verslunarinnar fann ég rétta púðaverið og þráhyggjan varð svo rosaleg að ég gat ekki horft á gamla púðaverið án þess að þjást. Ég nennti samt varla að keyra 30 km fyrir eitt púðaver og frestaði því til kvöldsins og síðan næsta dags.

Daginn eftir var ég orðin frávita af þörf fyrir að fara og gat varla hugsað um annað. Spurði ég þá út í loftið: „Af hverju þarf ég svona mikið að fara í IKEA?"

Sló þá niður í huga mér að þar fæst uppáhalds súkkulaðibitakökudeigið mitt. Undirmeðvitundin ætlaði lævíslega að beina mér að deiginu þegar ég væri búin að kaupa púðaverið, vitandi að ég myndi ekki standast freistinguna.

Það tekur langan tíma að breyta vana og jafnvel nokkrar tilraunir. Sumir segja að það taki 28 skipti að hætta vana eða búa til nýjan, eins og að vakna fyrr á morgnana, skokka þrisvar í viku eða hætta að fá sér súkkulaði á kvöldin. Ég segi ekki að ég sé alveg hætt að borða sykur, en stundum koma góðir sprettir og þá finn ég mikinn mun á líkamanum. Kviðurinn er ekki útþaninn og mér líður betur andlega.

Til að breyta vana þarf að breyta viðhorfunum í undirmeðvitundinni því þau stjórna hegðuninni. Annars breytist ekkert.

Viðhorfin í undirmeðvitundinni eru ramminn okkar. Ef við höldum okkur alltaf innan rammans, munum við alltaf fá sömu útkomuna.

Kannski er kominn tími til að gera eitthvað öðruvísi. Til dæmis gætirðu næst þegar þú færð boð um að taka þátt í einhverju, sagt já. Treysta því að lífið sé að senda þér tækifæri. Hvað felst í þessu tækifæri veistu ekki fyrr en þú mætir. Þú gætir fengið stórkostlega hugmynd eða hugljómun um eitthvað sem þig langar að gera. Kannski kemstu að einhverju um sjálfa þig. Kannski eignastu vin eða vinkonu fyrir lífstíð. Kannski heyrirðu eina setningu sem mun sitja í þér og vekja þig til umhugsunar. Það er tilgangur með öllu.

Ekki hugsa að þú hafir ekki tíma eða hafir ekki efni á því. Þar með ertu að viðhalda viðhorfinu að þig skorti eitthvað. Æfðu þig að hugsa að þú hafir allan tímann í heiminum og alla þá peninga sem þú þurfir. Láttu hugsunina ná niður í maga og dreifast þaðan um búkinn.

Það ert einungis þú sem getur fært þig nær takmarkinu. Enginn annar er ábyrgur fyrir hamingju þinni eða getur fært þér það sem þú vilt. Það ert þú sem óskar þér, þú sem vinnur í sjálfri þér og þú sem hækkar í tíðni. Þú ein berð ábyrgð á hugsunum þínum og viðhorfum, sem Alheimurinn lítur til þegar hann ákveður hvernig eigi að gefa þér það sem þú biður um.

Allt sem þú þráir er innra með þér.

Allt byrjar sem hugmynd og tekur tíma að verða til. Þess vegna setjum við óskina út eins og fræ og ætlumst ekki til þess að hún rætist umsvifalaust. Við hlúum að henni og gerum það sem við getum til að hún vaxi og dafni.

Sem leiðir okkur að næsta lögmáli, *Aðgerðalögmálinu.*

5.

Aðgerðalögmálið

Þetta lögmál hljómar einfalt: Ef þig langar í eitthvað, gerðu þá eitthvað í því. Eins og sagði í síðasta kafla, ert þú sú eina sem getur breytt lífi þínu.

Þegar ég var búin að skrifa bók númer tvö vildi ég spara mér kostnað og setja hana upp sjálf. Ég hafði aldrei gert það áður og kunni ekki á neitt forrit, en í stað þess að gefast upp fór ég að spyrjast fyrir. Ég fann uppsetningaforrit með ókeypis mánaðar prufutíma og kenndi mér sjálf á forritið með aðstoð kennslumyndbanda á netinu. Undir lokin fékk ég svo ábendingar þar sem ég lét prenta bækurnar. Alheimurinn sendi mér alla þá hjálp sem ég þurfti, því ég tók fyrsta skrefið.

Ef þig langar í nýjan bíl, hættu þá að eyða í óþarfa og byrjaðu að safna. Ef þig langar í nýja vinnu, kíktu í atvinnuauglýsingarnar og sæktu um það sem þér líst á. Ef þig langar í nýjan maka, skildu þá við þann fyrri. Eða breyttu sjálfri þér og þá oft lagast hjónabandið, því það sem fer í taugarnar á þér hjá öðru fólki hefur algjörlega með þig sjálfa að gera. Ef þú ert pirruð yfir hvað aðrir gera lítið, hættu þá að reyna að stjórna öllu. Það hefur lamandi áhrif á aðra þegar við erum of stjórnsöm.

Ef þig langar í pels, taktu þá viðtal við skinnasaumamann. Ef þig langar að spila á gítar, keyptu þér gítar. Ef þig langar að verða forseti, bjóddu þig þá fram. Framboðsferlið er afskaplega lærdómsríkt og í raun eins og að vera forseti, sem kannski dugar þér.

Ef þú telur að þú gætir stjórnað landinu betur en þeir sem nú gera það, gakktu þá til liðs við einhvern stjórnmálaflokk eða stofnaðu þinn eigin. Ekki tuða bara um hvað þér finnast stjórnmálamenn vera siðlausir og ómögulegir. Ef þú ert ósátt, gerðu þá eitthvað í því. Tuð og neikvæðni heldur okkur á lægri tíðni.

Þegar mig langar til að grennast þá er alveg sama hversu mikið ég hugsa mig granna, ég mun ekki grennast. Þótt ég fari daglega með þúsund staðhæfingar um að ég sé grönn, mun ekkert breytast ef ég sit bara áfram í sófanum og borða nammi. Hugsunin ber okkur aðeins hálfa leið. Við þurfum að taka fyrsta skrefið. Hætta að kaupa nammi og snakk og auka hreyfinguna.

Allt mjög rökrétt, ekki satt. En þetta heitir líka *Lögmálið um innblásnar gjörðir* og innblásnar gjörðir þýða aðeins meira en að gera bara eitthvað í því. Innblástur er sterk hugljómun um eitthvað sem við finnum okkur knúin til að gera. Kannski hljómar það hálfkjánalegt eða órökrétt, en þá verðum við að treysta innsæinu, því við vitum aldrei hvert það leiðir okkur. Við vitum ekki hvenær eða hvernig Alheimurinn kemur því til okkar sem við báðum um og það eina sem við getum gert er að fylgja innsæinu.

Kannski finnum við okkur knúin til að fara aðra leið heim og sjáum eitthvað mikilvægt á leiðinni. Eða fáum mikla þörf fyrir að fara í ákveðna verslun og sjáum draumagítarinn bíða eftir okkur á frábæru tilboði. Eða ákveðum af rælni að fara á einhvern stað og hittum óvænt mikilvæga manneskju.

Í bók númer þrjú var ég í vandræðum með kápuna. Hönnuðurinn sem ég fékk til að gera verkið var ekki á sömu bylgjulengd og ég, svo tillögurnar voru frekar dimmar. Meira að segja fékk ég ótal merki um að hún væri ekki rétti hönnuðurinn. Til dæmis hrundi tölvan mín eitt sinn þegar ég var að hlaða niður tillögu frá henni. Í annað skiptið fór einmitt að hellirigna þegar ég steig út úr bílnum fyrir utan hjá henni. Í hvert sinn fékk ég líka huglæg skilaboð um að hún væri ekki rétti hönnuðurinn. En ég vissi ekki um neinn annan hönnuð og þrjóskaðist við.

Svo var það seint eitt kvöldið þegar ég var alveg að sofna, að ég fékk allt í einu hugljómun um hvernig forsíðan ætti að vera, fjórar skeljar í kross.

Ég hafði aldrei gert bókarkápu áður, en fór samt fram, kveikti á tölvunni og fikraði mig áfram þar til útkoman var það sem ég var sátt við. Nú geri ég allar kápur sjálf og þær koma til mín eins og þær vilja vera.

Einu sinni skrapp ég í Smáralindina með vinkonu því hún þurfti að skipta buxum. Ég hafði engan áhuga á að kaupa mér föt, því ég var að vinna að bók og fór ekkert út. Hringdi þá einmitt önnur vinkona og benti okkur á stórgóða útsölu í Kringlunni. Allt á 3.000 kr. Ég ákvað að fara með því ég þurfti pásu frá skrifum þann daginn. Ekki að ég ætlaði að kaupa neitt.

En úr því ég var komin þarna, ákvað ég að máta einn kjól og þar sem ég kem inn í búningsklefann, þá bíður þar eftir mér draumakjóllinn, blár pallíettukjóll. Í mörg ár hafði mig dreymt um svona kjól svo ég mátaði og hann passaði eins og sniðinn á mig. Þarna var draumakjóllinn á rétt rúmar 3.000 krónur. Betra gat það ekki verið, svo ég bara varð að kaupa hann.

Vinkonan var að fara út um kvöldið með fleiri konum og ég ekki planað að fara með. En þegar ég var komin með draumakjólinn, var synd að láta hann bara hanga einan inni í skáp, svo ég ákvað að slást í för með þeim. Þetta kvöld hitti ég svo mann sem ég átti óklárað karma við, því ég hafði einmitt beðið um að losna undan öllu karma við karlmenn í þessu lífi. Ef ég hefði ekki verið með henni í Smáralindinni, hefði ég aldrei farið í Kringluna og ef ég hefði ekki farið í Kringluna, hefði ég ekki fundið draumakjólinn á draumaverði. Og ef ég hefði ekki keypt kjólinn hefði ég ekki farið út þá um kvöldið og ekki hitt manninn. Þetta var ekki skemmtilegt karma en betra að vera laus undan því.

Í tilvistarkreppunni var ég sannfærð um að það eina sem ætti fyrir mér að liggja var að fá mér fasta vinnu. Meðal annars sá ég auglýst starf sem hljómaði ekki sérlega spennandi og spurði hvort ég ætti að sækja um. Ég spyr oft líkama minn þegar ég er í vafa og forma spurninguna þannig að svarið sé annað hvort já eða nei. Ef líkaminn hallast fram er svarið já og ef líkaminn hallast aftur á bak er svarið nei. Svarið var eindregið já, svo ég sótti um.

Mér var boðið í viðtal, sem var ekkert sjálfsagt því umsækjendur voru 400 talsins. Starfið reyndist vera miklu áhugaverðara heldur en auglýsingin gaf til kynna og mér leist bara vel á. Á endanum var önnur manneskja valin.

En það sannfærði mig loksins um að mér væri greinilega ekki ætlað að fá vinnu og hætti að eyða tímanum í umsóknir. Mér var ætlað að skrifa fleiri bækur. Enda vaknaði ég næsta morgun með hugmyndina að þessari bók.

Alheimurinn vissi að mér myndi lítast á starfið og vera mjög nálægt því að fá það, en skilja skilaboðin sem fólust í því að fá það ekki. Þess vegna var ég hvött til að sækja um starfið.

Það var svo ekki fyrr en ég var hætt að leita að innihaldslausu starfi, að mér bauðst smá hlutastarf í verslun með andlegar vörur sem reyndist svo vera bráðskemmtilegt. Það hentaði vel því ég hafði samt nægan tíma til að skrifa. Auk þess komu margir í búðina sem lýstu yfir ánægju með bækurnar mínar, sem var ómetanleg hvatning fyrir mig til að halda áfram að skrifa.

Innblásnar gjörðir og hugljómanir byggja á því að við losum okkur við óttann og treystum því að Alheimurinn leiði okkur að takmarkinu. Við fylgjum innsæinu í átt að óvæntum ævintýrum og þegar við búumst við ævintýrum á hverjum degi fer lífið að vera virkilega skemmtilegt.

Sem leiðir okkur að næsta lögmáli, *Lögmálinu um stöðuga umbreytingu orku.*

6.

Lögmálið um stöðuga umbreytingu orku

Allt er flæðandi orka og þar með síbreytileg. Tökum aftur vatnið sem dæmi. Dropar falla til jarðar, sameinast öðrum í læki og ár, renna saman út í sjó, þar sem þeir sameinast óteljandi öðrum dropum. Stundum er vatnið gufa, stundum klaki eða snjór. Vatn er alltaf á hreyfingu, því vatn sem staðnar byrjar að fúlna.

Umbreyting er það eina örugga í Alheiminum, því stöðnun er sama og dauði. Þótt þú óskir þess að lífið muni aldrei breytast á andartaki þar sem þú ert óumræðanlega hamingjusöm, mun andartakið aldrei vera meira en það. Bara eitt andartak. Það þýðir ekki að þú verðir ekki áfram hamingjusöm, því hamingjan er aldrei háð ytri aðstæðum. Það þýðir bara að eitthvað mun breytast.

Lífið er aldrei nákvæmlega eins tvær mínútur í röð og það er okkar að velja hamingjuna á hverju andartaki. Eða velja svartsýni og vonleysi, því við höfum frjálst val.

Þetta lögmál þýðir að einmitt vegna þess að allt er síbreytileg orka, getum við alltaf breytt aðstæðum. Við getum breytt hugsunum okkar, tilfinningum og viðhorfum og lífið mun taka stakkaskiptum. Ekkert er greipt í stein.

Tökum annað áþreifanlegt dæmi, líkamann. Frumur líkamans fjölga sér og endurnýja sig. Líkaminn staðnar aldrei og er ekki sá sami og hann var fyrir sjö árum. Þess vegna getum við breytt heilbrigði líkamans og jafnvel lögun með nýrri hugsun og nýju viðhorfi. Þótt þú hafir lent í slysi, þýðir ekki að þú þurfir að þjást það sem eftir er.

Þegar ég var fjórtán ára fótbrotnaði ég illa. Báðar pípurnar brotnuðu í sundur og það þurfti að skera fótinn upp og negla beinin saman aftur. Nokkrum mánuðum síðar þurfti aftur að skera til að fjarlægja naglana og sárið greri illa svo húðin festist við beinið. Í marga áratugi fann ég fyrir brotinu, sérstaklega þegar það var rakt úti. Svæðið var sárt viðkomu og líka vont að stíga fast í fótinn eða hoppa.

Þegar ég tók Reiki II og við áttum að velja okkur verkefni til að heila, annað hvort aftur eða fram í tímann, valdi ég að senda heilun á tímabilið þar sem brotið var að gróa. Tvisvar sinnum sendi ég heilun og í bæði skiptin fann ég orkuna vinna í fætinum. Síðan þá hef ég ekki fundið fyrir brotinu, jafnvel þótt það sé raki úti og ég þarf ekki að stíga lausar til jarðar. Með því að heila svæðið gat líkaminn heilað sjálfan sig.

Þetta sýnir að þótt við glímum við eftirstöðvar slyss í 25 ár, eins og ég, þýðir ekki að við getum ekki heilað það.

Líkaminn er í stöðugri endurnýjun og því fáum við daglega tækifæri til að heila okkur sjálf.

Það gerum við til dæmis með breyttu viðhorfi. Alveg eins og andlegt áfall getur haft líkamleg áhrif með verkjum og veikindum, getur nýtt viðhorf breytt líðan þinni til hins betra.

Í *Lögmálinu um óskir og orð* verður fjallað um hversu hugsanir og orð skipta gífurlega miklu máli. Allt sem þú segir, er það sem verður. Ef þú er föst í því viðhorfi að þú sért sjúklingur, getur líkaminn ekki heilað sjálfan sig.

Ef þú tileinkar þér það viðhorf að þú sért heilbrigð, koma lausnirnar til þín. Kannski tileinkar þú þér bætt mataræði, eða færð þörf fyrir að hreyfa þig meira. Kannski færðu ábendingu um góðan meðferðaraðila og ferð í djúpa tilfinningavinnu. Bara að varpa af okkur nokkrum þungum tilfinningabögum, léttir svo mikið á líkamanum að hann fær orku til að skapa heilbrigðar frumur.

Tilfinningum fylgir ákveðin orka eins og fjallað var um í tíðnikaflanum. Tilfinningar koma og fara eftir aðstæðum og okkur gæti liðið allt öðruvísi í dag en í gær. Þegar áfall ríður yfir höldum við kannski að við munum aldrei líta glaðan dag framar, en svo kemur að því að lífið virðist ekki svo hræðilegt.

Þetta lögmál þýðir að þótt við upplifum sára tilfinningu, þýðir ekki að við getum ekki umbreytt henni í eitthvað annað. Það er hægt að breyta sorg í kærleika, skömm í sátt, sektarkennd í fyrirgefningu og depurð í gleði. Það er hægt að sættast og fyrirgefa og breyta neikvæðri orku í jákvæða. Við erum því ekki dæmd til að vera svartsýn, vonlaus eða full samviskubits það sem eftir er. Við getum ákveðið að breyta svartsýnisorkunni í bjartsýnisorku og vonleysi í von.

En þar með er líka hægt að breyta jákvæðri orku í neikvæða. Orð hafa orku sem fljúga á milli manna og séu orðin særandi fylgir þeim neikvæð orka sem getur haft mikil áhrif á viðkvæmt fólk. Það má jafnvel sjá hvernig ljósið slokknar í augunum á þeim, þegar sársaukinn nístir í hjartað.

Hugsanir eru líka orka sem þýðir að með því að breyta hugsunum getum við hækkað tíðnina og liðið betur. Við getum alltaf valið að hugsa öðruvísi.

Nýjar hugsanir skapa ný viðhorf og ný viðhorf skapa nýja lífsýn. Hvort sem þú sérð sambandið eða vinnuna í nýju ljósi með breyttu viðhorfi, eða laðar til þín eitthvað nýtt með tiltekt í undirmeðvitundinni, er nútíðin í þínum höndum.

Við þurfum því ekki að bíða eftir að eitthvað gerist til að verða hamingjusöm. Við getum breytt okkur sjálfum hér og nú og valið hamingju núna. Þú getur valið að glasið sé hálffullt strax í dag, í stað þess að það sé hálftómt, og strax muntu upplifa þig ríkari, því allt sem við þráum er innra með okkur sjálfum.

Þetta lögmál er í raun tvíþætt. Annars vegar þýðir það að erfiðir tíma taka enda. Við getum alltaf breytt aðstæðum og líðan okkar með breyttu viðhorfi og þar með umbreytingu orku.

Hins vegar þýðir þetta lögmál að stöðnun er ekki í boði. Við fæddumst í þessu lífi til að vaxa og þroskast og sálin er ekki sátt við stöðnun, því í hennar augum er stöðnun sama og dauði. Þess vegna finnur hún upp á einhverju til að hrista upp í okkur.

Þó svo að lífið virðist í föstum skorðum og þú afskaplega sátt við að þurfa ekki að takast á við neitt nýtt, getur það breyst á svipstundu. Þér gæti verið sagt upp í vinnunni eða þú þurft að flytja. Makinn gæti farið fram á skilnað eða eitthvað komið upp á. Einhver gæti veikst í fjölskyldunni eða dáið. Heimurinn gæti snúist á hvolf og þá er tækifæri til að læra af aðstæðunum til að komast aftur á réttan kjöl.

Sálin er ekki sátt við stöðnun, ekkert frekar en vatnið og leitast við að breyta aðstæðum til að þvinga okkur til þroska. Hún vill að við hækkum í tíðni, þroskumst, eflumst og vöxum.

Kyrrstaða er leiðinleg til lengdar og þó svo okkur líði afar vel í þægindahringnum kemur alltaf einhver innri órói sem kallar á breytingar. Við reynum kannski að kæfa óróann með því að kaupa eitthvað, fara í ferðalag eða fá okkur í glas, en það er bara tímabundin ró.

Sálin mun senda þér alla þá hjálp sem þú þarft til þess að þroskast. Allt sem kemur til þín er því eitthvað sem sálin bað um. Þess vegna ertu aldrei óheppin eða fórnarlamb. Þú ert alltaf nákvæmlega þar sem þú átt að vera og það sem gerist átti að gerast hjá þér. Allt er reynsla og tækifæri.

Með því að vera meðvituð um að allt breytist, vera í góðum tengslum við okkar æðra sjálf og taka ákvarðanir samkvæmt því, getum við lent standandi þegar allt fer á hvolf. Þegar við þekkjum lögmálin er auðveldara að skilja af hverju við lentum í þessum aðstæðum og þar með er auðveldara að koma okkur úr þeim.

Sem leiðir okkur að næsta lögmáli, *Karmalögmálinu* eða *Lögmáli orsaka og afleiðinga.*

7.

Lögmál orsaka og afleiðinga

Einu sinni var kona á ferðalagi í Nepal og á göngu um bæinn rambaði hún inn í verslun. Þar sá hún gullfallegan hring sem hana langaði virkilega í, en var ekki með veskið á sér. Afgreiðslumaðurinn sagði þá að hún mætti taka hringinn með sér og koma daginn eftir og borga. Hringurinn var ekki ódýr og konan spurði alveg gapandi hissa hvort hann væri ekki hræddur um að hún stæli honum. Svaraði maðurinn að það væri þá bara hennar karma.

Hann vissi að ef hún kæmi ekki aftur að borga, myndi hann fá það endurgreitt eftir öðrum leiðum. Hún, hins vegar, væri skapa sér karma með óheiðarleika.

Kannski þekkirðu lögmálið frekar sem *Karmalögmálið*, en orðið karma þýðir einmitt *gjörð*. Öllum gjörðum fylgja afleiðingar og allt á sér orsakir. Ekkert gerist af tilviljun eða fyrir slysni og ekkert sem heitir heppni eða óheppni. Hugsanir þínar, viðhorf, hegðun og gjörðir hafa skapað líf þitt hingað til og munu halda áfram að gera það. Ef þú ert ekki sátt við lífið eins og það er núna, er ljóst að einhverju þarf að breyta.

Einu sinni var ég að nýbyrjuð að vinna í verslun og gaf til baka andvirði vörunnar, ekki mismuninn á því sem hann keypti og borgaði. Þetta var dágóð upphæð og maðurinn áttaði sig greinilega á mistökunum því hann stóð áfram í búðinni tvístígandi. Ég skildi ekki hvað hann var hikandi og spurði hvort hann ætlaði að fá eitthvað fleira, en hann sagði ekki svo vera og loks fór hann. Það var ekki fyrr en hann var löngu farinn að ég áttaði mig loksins og lét eigendurna vita, alveg miður mín.

Þarna var ég að fá til baka karma þar sem ég hafði sjálf fengið vitlaust afgreitt og labbað út með peninginn, þótt upphæðin hafi verið agnarsmá í samanburði við þessa afleiðingu. Maðurinn var hins vegar að skapa sér nýtt karma með því að hirða peninginn.

Ég held að allir hafi einhvern tímann stungið óheiðarlegum peningum í vasann og það er ekki fyrr en við verðum meðvituð um karma að við áttum okkur á afleiðingunum og ákveðum að vera 100% heiðarleg.

Hvernig er með þig, myndirðu stela hringnum? Ef þú finndir síma, myndirðu skila honum til eigandans? Ef þú finndir veski með skilríkjum og dágóðri peningaupphæð, myndirðu skila peningunum? Ef þú týndir veski með seðlabúnti, myndirðu vilja að því yrði skilað til þín? Ef þú fengir of mikinn pening til baka, myndirðu leiðrétta það?

Heiðarleiki okkar er forsenda fyrir því að aðrir koma fram við okkur af heiðarleika.

Ef þú ert heiðarlegur eru allar líkur á að þú fáir til baka það sem aðrir taka frá þér. Ef þú ert óheiðarlegur eru líkur á að það sem þú takir frá öðrum, verði tekið frá þér í einhverju formi.

Karma snýst ekki bara um heiðarleika. Allt sem gerist í lífinu þínu, óþægilegt eða ljúft, eru afleiðingar af hugsunum þínum, tilfinningum, hegðunum og gjörðum, í þessu lífi eða öðrum.

Við höfum frjálsan vilja til að gera eins og okkur þóknast. En við þurfum að borga fyrir þennan frjálsa vilja. Allt sem við gerum öðrum, gott eða vont, kemur til baka til okkar. Eins og segir í fyrsta lögmálinu erum við öll eitt og það sem þú gerir öðrum ertu í raun að gera sjálfum þér.

Karma er í eðli sínu hlutlaust og hvorki gott né vont. Það erum við mennirnir sem höfum skilgreint veröldina út frá tvíhyggju og skipt öllu í gott eða illt. Eins og fjallað verður um *síðar í Afstæðislögmáli*nu, er allt afstætt og það sem einn álítur gott, getur annar álitið verstu ógæfu. Frá sjónarhóli skaparans er allt kærleikur, sama hvað er, og lærdómur í skóla lífsins.

Samkvæmt lögmálinu er heimurinn aldrei óréttlátur, heldur þvert á móti eru ástæður fyrir öllu. Hvort erfiðleikarnir koma vegna ógoldins karma, speglun á innra ástandi, eða hvort við höfum ákveðið áður en við fæddumst að takast á við þessa reynslu, skal ósagt, en ljóst er að allt er nákvæmlega eins og það á að vera og allt sem gerist er vegna þess að við báðum um það.

Karma er þannig leið Alheimsins til að gæta réttlætis gagnvart öllu sem er, hvort sem það er náttúra, dýralíf, manneskjur eða orkuheimar.

Ef einhver brýtur á okkur, getum við verið fullviss um að Alheimurinn sjái til þess að jafna út sakirnar, þótt refsingin sé kannski ekki eins og við hefðum óskað. Ef við hins vegar festumst í hefndarhug eða hatri, erum við að tefja fyrir eða jafnvel koma í veg fyrir að Alheimurinn geti fundið viðeigandi refsingu. Karmað þarf þá líka að beinast gegn okkur sjálfum.

Ef við hins vegar sleppum öllum tilfinningum gagnvart þeim sem braut á okkur og fyrirgefum af heilum hug, lítur Alheimurinn sem svo að við þurfum ekki að flækjast lengur inni í karma gerandans.

Réttlæti Alheimsins er sjaldnast það sem við myndum kalla sanngjarnt réttlæti. Ef barn á leikskóla er að berja önnur börn, eru ekki fyrstu viðbrögð leikskólakennarans að lemja barnið eða loka það eitt inni í herbergi, alla vega ekki á þessum síðustu tímum. Kennarinn myndi miklu frekar kanna hvað liggi að baki. Hvort barnið glími við andlega erfiðleika eða erfiðleika heima fyrir.

Alheimurinn sér okkur eins og börn á mismunandi skólastigum. Við berjum hvert annað og særum, en Alheimurinn veit að það liggur sársauki og skilningsleysi að baki og sendir okkur frekar tækifæri til að sjá hversu litlu ofbeldi skilar og læra af því.

Allt kemur fyrir þá sem það á að koma fyrir.

Karmasambönd

Mér finnst sem erfið samskipti milli fólks, sérstaklega milli ástvina, oft eiga sér rætur í karma úr fyrri lífum. Okkar er þá að gera gott úr hlutunum, fyrirgefa, sættast við og reyna að skilja viðbrögð viðkomandi. Ýkt viðbrögð við einhverju sem okkur finnst smávægilegt eru skiljanlegri þegar við sjáum það í samhengi nokkurra lífa, þar sem við höfum kannski gert nákvæmlega það sama. Viðbrögðin eru ýkt, því gjörðir okkar hafa ýft upp djúp sár úr mörgum lífum. Það er verið að vekja upp karmað, til að hægt sé að heila það.

Við þurfum ekki að óttast karma eða hlaupa frá því.

Það er gott að leita svara í karma þegar eitthvað kemur upp á, sérstaklega í samskiptum við annað fólk.

Einu sinni hitti ég mann sem hafði mjög sterk áhrif á mig. Ég fann fyrir ákveðinni þrjósku og stolti og þótt ég laðaðist ekki að honum líkamlega var mér mikið í mun að sanna mig fyrir honum. Upp kom einhver djúpstæð þrá að hann myndi elska mig, þótt hann væri aldeilis ekki á þeim buxunum.

Mér fannst ég fáránlega heltekin af manninum, svo jaðraði við þráhyggju og losnaði ekki við tilfinningarnar sama hvað ég reyndi. Það var ekki fyrr en ég leitaði skýringa í fyrri lífum að mér tókst að losna.

Kom þá í ljós að hann var pabbi minn í einu af mínum fyrri lífum og þegar mamma mín í því lífi dó, gat hann ekki séð um mig, heldur kom mér fyrir á munaðarleysingjahæli.

Ég sé ennþá myndina fyrir hugskotssjónum þar sem við göngum eftir götunni, ég lítill móðurlaus gutti í stuttbuxum og með derhúfu og hann í síðbuxum, sjúskuðum jakka þess tíma og með gamlan hatt. Hönd hans leiðir mína til móts við kollinn minn, svo ég hef varla verið meira en fimm ára. Alla ævi beið ég svo eftir að hann kæmi að sækja mig en hann kom aldrei.

Þegar ég hitti hann í þessu lífi kom bæði upp þörfin fyrir að sanna fyrir honum að það hefði ræst úr mér, en jafnframt þrá litla móðurlausa guttans innra með mér að hann myndi elska mig. Kannski fann hann ómeðvitað fyrir samviskubiti þegar hann sá mig, sem vakti með honum eitthvað óþægilegt. Með því að finna karmað okkar á milli gat ég unnið með það og heilað tilfinningarnar.

Til dæmis ákvað ég að hann elskaði mig, þótt persóna hans sýndi það ekki í verki. Allar sálir elska allar sálir, svo ég vissi að sálin hans elskar mig. Ég varð aftur litli guttinn, settist í fang hans og í huga mér tók hann þétt utan um mig og sagðist elska mig af öllu hjarta. Þessa mynd endurtók ég þar til þráhyggjan var horfin. Ég þurfti ekki að dæma hann fyrir að skilja mig eftir eða vera sár og reið, heldur leiðrétti ég bara söguna.

Það er hægt að heila gamlan sársauka með því að leiðrétta gömlu aðstæðurnar í huganum.

Aðstæður voru allt aðrar í fyrri lífum og fólk hafði minna val. Í skáldsögunni minni, *Á leið stjarnanna og vindsins*, skoða ég einmitt hvernig karma endurtekur sig líf eftir líf og gefur persónunum tækifæri til að velja öðruvísi. Á okkar tímum höfum við betra tækifæri til að velja út frá hjartanu, í stað þess sem samfélagið krefst.

Það er óþarfi að geyma hatur gagnvart annarri manneskju, nema þú viljir endilega hitta hana aftur í öðru lífi og fá enn eitt tækifærið til að fyrirgefa. Á sama hátt er best að sleppa öfund og afbrýðisemi, því öll erum við að gera okkar besta. Þótt einhverjum gangi betur á yfirborðinu, er aldrei að vita hvað er að gerast undir niðri.

Stundum höfum við tækifæri til að aðstoða manneskju og borga þannig óafvitandi til baka karma úr öðru lífi. Þess vegna ættum við að leitast við að hjálpa öðrum þegar tækifæri gefst. Ég er alls ekki að tala um að hjálpa af tómri meðvirkni eða að fylla aðra sektarkennd fyrir að *neyða* okkur til að hjálpa þeim. Hjálpin verður að vera fölskvalaus og af heilum hug.

Ef þú særir aðra eða kemur illa fram, muntu fá það til baka í einhverju formi, í þessu lífi eða næsta. Ef þú hjálpar öðrum og kemur vel fram við aðra, muntu fá það til baka líka. Þess vegna er sagt í boðorðunum:

Komdu fram við náunga þinn eins og þú vilt láta koma fram við sjálfan þig.

Lögmálið segir líka að þó svo einhver geri þér eitthvað illt, þarftu ekki að gjalda í sömu mynt.

Fyrirgefning lyftir okkur yfir karmað sem hinir eru að skapa sér með því að meiða þig, ræna eða svíkja.

Lögmálið um orsök og afleiðingu er að þú uppskerð eins og þú sáir. Sem leiðir okkur beint að næsta lögmáli, *Lögmálinu um endurgjöf.*

8.

Lögmálið um endurgjöf

Einn vinur minn var á dögunum dæmdur óvinnufær með öllu, mörgum árum eftir slys og alls kyns sjúkraþjálfun. Honum fannst hann vera misheppnaður og lagðist í þunglyndi. Hann er læknamiðill og hefur hjálpað mörgum í gegnum árin án þess að krefjast greiðslu.

Ég benti honum á að þetta væri Alheimurinn að endurgreiða honum alla fyrri hjálp, auk þess að sjá til þess að hann geti haldið áfram að hjálpa fólki. Auðvitað þarf hann að borga reikninga eins og allir og þarna var Alheimurinn gera honum kleift að fá reglulegar örorkubætur til að lifa af, svo hann gæti nýtt tíma og orku í læknamiðlunina.

Lögmálið um endurgjöf er að mörgu leyti líkt *Lögmálinu um orsök og afleiðingu*. Þú munt alltaf fá borgað í einhverju formi fyrir viðleitni og fyrirhöfn. Þetta þýðir líka að þú færð aldrei meira en þú leggur á þig. Ef þú vilt fá meira frá Alheiminum verðurðu að leggja meira á þig. Þess vegna er gott að hafa það mottó að leggja alltaf meira af mörkum eða gera alltaf aðeins meira en ætlast er til, því það mun alltaf koma sér vel fyrir þig.

Þegar ég var ung bað frænka mín mig stundum um að passa. Hún var ein með ungt barn og náði ekki að halda heimilinu í góðu horfi, svo þegar barnið var sofnað, fannst mér gaman að taka til og gera fínt. Hún varð líka svo glöð þegar hún kom heim og það var nóg fyrir mig.

Í vinnunni geturðu sýnt frumkvæði og komið með hugmyndir að endurbótum eða viðskiptatækifærum. Ég get lofað þér því að þú færð það endurgoldið í einhverri mynd. Ef núverandi vinnuveitandi kann ekki að meta það, mun það skila sér til þess næsta.

Velgengni kemur til þeirra sem gera alltaf meira en ætlast er til af þeim.

Einu sinni vantaði mig sárlega hjálp í aðstæðum sem ég komst ekki úr. Öll sund virtust lokuð. Á hverjum degi bað ég um hjálp en ekkert gerðist. Þá datt mér í hug að vinna mér inn punkta hjá Alheiminum til að auka líkurnar á að hjálp bærist.

Á þessum tíma gekk ég oft eftir löngum stíg sem lá milli tjaldstæðis og húsalengju. Þar sem stígurinn tilheyrði ekki tjaldstæðinu og sást ekki frá götunni, var enginn sem hirti ruslið, svo svæðið var þakið sælgætisbréfum, djúshyrnum og alls kyns rusli.

Einn daginn tók ég plastpoka með að heiman, þetta var áður en plastpokar voru bannaðir, fyllti hann af rusli af stígnum og henti í tunnuna heima. Næsta dag fyllti ég annan poka og tók með heim. Þriðja daginn fann ég tóman plastpoka liggja í gróðrinum, einmitt þegar ég var að fylla þann sem ég hafði meðferðis. Þetta var sunnudagsmorgun, næstum logn og orkan svo friðsæl, eins og alltaf á sunnudagsmorgnum.

Þá kom á móti mér maður sem furðaði sig á hvað ég væri að gera og fannst alveg ótrúlegt að einhver væri að tína rusl að eigin frumkvæði og án þess að fá borgað. En hann var svo vænn að taka fulla pokann með heim til sín, því tunnan heima hjá mér var orðin full.

Það tók nokkra daga að hreinsa stíginn og þegar því var lokið hringdi ég í bæjarfélagið og bað þá að setja ruslatunnur við stíginn, svo fólk hefði stað til að henda ruslinu. Þegar allt er í rusli, hikar fólk ekki við að henda meira. En þegar svæði er hreint og fínt, setja flestir ruslið frekar í vasann og taka með heim. Nú mörgum árum síðar er stígurinn enn til fyrirmyndar.

En ekkert bólaði á hjálp frá Alheiminum, svo ég vildi leggja meira af mörkum. Ég vissi að heilun virkaði afskaplega vel fyrir fólk sem glímir við þunglyndi, svo ég hafði samband við Hugarafl, félag fólks í bata eftir andleg veikindi og bauð þeim að vera með vikulega hópheilun, þeim að kostnaðarlausu. Ég hitti notendaráðið og þau tóku hugmyndinni fagnandi. Það er svo hughreystandi þegar notendur fá sjálfir að velja, því þeir eru miklu opnari heldur en heilbrigðiskerfið, sem er talsvert seinteknara.

Þennan vetur mætti ég vikulega niður í Hugarafl og bauð upp á magnaða hópheilun. Sumir komu aftur og aftur og fundu greinilegan mun á sér. Þeim fannst auðveldara að ráða við hugann og meiri ró yfir þeim. Aðrir voru hræddir af því þeir vissu ekki hvað þetta var, komu kannski einu sinni en þorðu ekki að koma oftar. Það er allt í lagi, því við höfum öll frjálsan vilja.

Þessar stundir í Hugarafli urðu til þess að ég skrifaði fyrstu bókina mína. Það var svo margt sem mig langaði að segja þátttakendum um hugmyndafræðina á bak við það sem ég var að gera, að ég ákvað að skrifa það niður og úr varð bókin *Taumhald á tilfinningunum – leið til betra lífs*. Bókin fékk frábærar viðtökur svo ég skrifaði aðra. Þessi bók er sú sjöunda. Mér er ekki borgað fyrir að skrifa, en ég veit að ég fæ endurgoldið frá Alheiminum. Ég er að vinna fyrir Guð og treysti því að Guð sjái til þess að mig muni aldrei skorta.

Fyrir nokkrum árum fann ég aftur þörf fyrir að vinna sjálfboðavinnu og hafði samband við Samhjálp til að vinna á kaffistofunni þeirra. Kaffistofan er staður þar sem heimilislausir og einstæðingar geta fengið mat þeim að kostnaðarlausu og fyrirtæki geta losnað við mat eða hráefni sem eru komin framyfir síðasta söludag eða þau hafa ekki þörf fyrir.

Þarna er líka tækifæri fyrir ungmenni sem hafa brotið af sér, að vinna samfélagsþjónustu ef þau hafa snúið lífi sínu á betri veg, eru í námi eða vinnu, því fangelsisvist myndi bara eyðileggja það góða sem þau eru byrjuð á. Gott fyrir alla.

Vissulega fannst mér gefandi að rétta svöngu fólki diska með mat, en það sem stendur upp úr var að hitta þessa dásamlegu krakka í samfélagsþjónustu sem voru að byggja upp lífið eftir áralanga neyslu og stóðu sig svo vel. Ég lagði mig fram við að láta þau finna hvað þau væru dýrmæt og frábær og alveg jafn mikilvæg og hver annar. Að hitta þau gaf mér líka von um að samfélagið færi batnandi.

Lögmálið um endurgjöf gengur út á að þú færð alltaf eitthvað í staðinn fyrir það sem þú leggur af mörkum. Ef þú færð laun fyrir vinnuna, lítur Alheimurinn svo á að þið séuð kvitt. Ef þér hins vegar finnst þú ekki fá nógu há laun, heldurðu tíðninni niðri í skorthugsun og eykur bara blankheitin hjá þér. Alheimurinn getur ekkert gert þegar þú bara kvartar. Ef þú vilt verða ánægðari með launin hefurðu þrjá valkosti: Leggja meira af mörkum, skipta um vinnu eða breyta óánægju í þakklæti til Alheimsins fyrir launin sem þú hefur. Þakklæti er alltaf betra en kvartanir og hver veit hvað Alheimurinn ákveður að gera þegar þú sýnir þakklæti.

Ef þú vinnur sjálfboðavinnu, ertu að vinna þér inn jákvæða karmapunkta og færð eitthvað aukalega frá lífinu. Ekki endilega peninga, heldur tækifæri, ævintýri, nýja vini eða hamingju. Eitthvað sem þú hefur beðið um.

Mér finnst afskaplega gaman að hjálpa fólki að flytja. Þótt ég geti ekki haldið á þungum húsgögnum er yfirleitt margt smátt sem þarf að bera og hægt að fara margar ferðir með lítið í einu. Það er líka skemmtilegra þegar margir hjálpast að. Ég geri þetta með glöðu geði, því ég veit að þegar mig vantar hjálp mun Alheimurinn sjá um að útvega hana.

Þess vegna er mikilvægt að vinna hvaða starf sem þú gerir með glöðu geði og treysta því að þú fáir borgað í einhverju formi þegar tíminn er réttur. Viðhorfið skiptir öllu máli, sem leiðir okkur að næsta lögmáli, *Afstæðislögmálinu*.

9.

Afstæðislögmálið

Þegar ég var krakki var ég send á sumrin í sveitadvöl fyrir þéttbýlisbörn. Fyrir fáeinum árum átti ég svo leið framhjá bænum og ákvað að kíkja í heimsókn. Stóra risherbergið, þar sem við sváfum stelpurnar sex, var nú svo agnarsmátt og rúmin lítil dvergarúm. Stóri matsalurinn með tveimur langborðum reyndist ekki mikið stærri en svefnherbergið mitt núna. Meira að segja stóri bærinn var orðinn lítill þótt hann hefði ekkert breyst. Þegar við erum lítil er allt svo stórt og eftir því sem við stækkum minnkar allt.

Í Alheiminum er ekkert gott eða slæmt. Allt er reynsla og lærdómur. Það erum við sem dæmum aðstæður og verkefni góð eða slæm, með því að bera þau saman við eitthvað annað. Aðstæður sem þér finnast vera slæmar, finnast öðrum kannski ljómandi fínar. Manneskja sem þér finnst leiðinleg er líklega vel liðin af einhverjum öðrum. Þegar ég var ógift og barnlaus fannst mér skutbíll alveg það hallærislegasta í heimi, en þegar ég var sjálf komin með barn og barnavagn sem þurfti að setja í skottið á hverjum degi, var skutbíll æðsti draumurinn.

Allt er í rauninni afstætt eða með öðrum orðum hlutlaust og það erum við sjálf sem setjum merkingu og tilfinningar í hvert og eitt.

Til dæmis eru stutt pils og flegnir bolir tíska á Vesturlöndum, en tákn um algjört siðleysi í Mið-Austurlöndum. Í Bandaríkjunum er framsettur lófi merki um „high five" en í Grikklandi þýðir það „farðu til fjandans." Allt er háð samhenginu og það sem kallast siðmenntað í einu samfélagi getur því verið argasti dónaskapur í öðru.

Þegar ég byrjaði í jóga eftir margra ára hlé, var ég mjög stirð, auk þess sem ég þurfti að passa öxlina eftir að ég brotnaði. Í hvert sinn sem ég horfði á hina þátttakendurnar fannst mér allir vera betri en ég.

En það er málið. Við eigum ekki að bera okkur saman við aðra, því allt er afstætt. Líklega var ég elsti þátttakandinn, fyrir utan kannski kennarann og að bera mig saman við miklu yngri þátttakendur, sem hafa jafnvel verið í jóga í nokkur ár, er alveg óþarfi. Ég er betri en þau á einhverjum sviðum og þau betri en ég á öðrum.

Ekki bera þig saman við aðra, því allir hafa mismunandi hæfileika og styrkleika.

Við verðum aldrei jafn góð og einhver annar, því við erum öll misjöfn. Við getum bara bætt okkur sjálf. Við höfum öll okkar eigin styrkleika og veikleika og að bera veikleika okkar saman við styrkleika hinna fyllir okkur bara af minnimáttarkennd. Berðu þig frekar saman við sjálfan þig. Teygðu aðeins lengra í dag heldur en í síðustu viku. Eða slepptu því að borða sykur í einn dag í viðbót.

Eftirfarandi aðstæður eru skáldaðar en gott dæmi um þetta lögmál. Fjögur systkini, öll komin á miðjan aldur, missa móður sína háaldraða. Eldri systirin er fegin, því móðirin þurfti svo mikla aðstoð síðustu árin sem lenti mest á henni. En hún er líka með sektarkennd yfir að vera fegin að vera laus við þá gömlu.

Yngri systirin samgleðst fyrir hönd mömmunnar því hún var búin að eiga viðburðaríkt líf og sátt við að fara. Eldri bróðirinn er sorgmæddur og finnst hann hafa verið yfirgefinn, eins og hann sé nú orðinn munaðarleysingi, vegna gamals karma þeirra á milli sem hann veit ekki um ennþá.

Yngri bróðirinn er fullur samviskubits, því hann sættist ekki við mömmuna áður en hún dó. Í hverju einasta fjölskylduboði fékk hann að heyra hvað hann hefði verið erfitt barn og hvernig hann væri að ganga af móður sinni dauðri, svo hann upplifði að hann væri aldrei nógu góður og hætti að mæta í fjölskylduboð.

Kynjunum gæti alveg verið snúið við hér, en aðalatriðið er að öll þessi systkini ólust upp við nákvæmlega sömu aðstæður en samband þeirra við móðurina var gjörólíkt. Við getum ekki dæmt viðbrögð annarra eða þær tilfinningar sem þeir upplifa, því við erum ekki í þeirra sporum og höfum ekki upplifað það sem þeir hafa. Það skiptir máli frá hvaða sjónarhorni við horfum á hlutina og við hvað við miðum.

Ekkert okkar sér hlutina sömu augum, því við búum öll að ólíkri reynslu.

Við veljum hins vegar viðbrögð okkar og berum ábyrgð á hvernig við hugsum og tölum. Við getum því valið að skilja sársauka annarra af samkennd og kærleika, jafnvel þótt orð þeirra eða gjörðir séu særandi, frekar en að bregðast við og fara í vörn. Gjörðir þeirra og viðbrögð segja nefnilega alltaf meira um þá sjálfa en okkur. Alveg eins og okkar gjörðir og viðbrögð segja meira um okkur en þá.

Í þessu samhengi er gott að muna að aðrir reita okkur ekki til reiði eða gera okkur brjáluð, ekkert frekar en við látum aðra berja okkur. Aðrir særa okkur ekki, heldur verðum við sár vegna þess að eitthvað sem þau sögðu samsvaraði efasemdum um okkur sjálf. Með því að hreinsa út þessar efasemdir getum við brugðist öðruvísi við næst.

Ég hef verið kölluð heimsk af karlmönnum þegar sambandið var farið að súrna. Í fyrstu skiptin tók ég það nærri mér því viðkomandi var að vísa til andlegra viðhorfa minna, efasemdarmaður sjálfur. En í síðasta skiptið var ég búin að skrifa nokkrar bækur og búin að ákveða að ég væri langt frá því að vera heimsk þótt ég hefði öðruvísi viðhorf en margir. Í það skiptið sneri ég því við og spurði manninn hvort þetta væri virkilega leiðin til að tala við konur, segja að þær væru heimskar. Hann gat náttúrulega engu svaraö.

Ekki dæma aðra, því allir eru að gera sitt besta miðað við þá reynslu og þekkingu sem þeir hafa hverju sinni.

Áður en ég fór til Indlands að heimsækja vinkonu, heyrði ég frá flestum sem höfðu komið þangað hvað Indland væri skítugt. Eins og það væri það eina eftirminnilega. Ákvað ég því að fara til Indlands með því hugarfari að sjá ekki skítinn, heldur bara fegurðina. Þar sem indverska vinkona mín sýndi mér borgina sína Bombay og ég dáðist að gömlu nýlendubyggingunum sem voru hver annarri fallegri, var hún svo þakklát fyrir að ég skyldi ekki hafa orð á, eins og margir útlendingar, hversu skítug borgin var. Ég horfði bara á stórkostlega arkitektúrinn og kaus að líta framhjá mengunarsortanum á byggingunum.

Ég mundi líka að byggingar Aþenu voru jafn svartar af mengun þegar ég kom þangað í fyrstu skiptin, ekki að ég hafi verið að velta mér upp úr því, og ekki svo langt síðan borgin var hreinsuð. París og London voru líka mjög skítugar borgir þar til fyrir nokkrum áratugum. Við getum ekki dæmt aðrar heimsálfur þótt þeir leggi ekki sömu áherslu á hreinlæti og við. Þeir leggja meiri áherslu á önnur gildi sem við höfum kannski gleymt, eins samheldni fjölskyldunnar. Þegar þeir heimsækja Vesturlönd upplifa þeir mikinn einmanaleika og furða sig á hvernig hægt er að vera svona mikið einstaklingshyggjufólk.

Ég fékk ekki starfið sem mig langaði í. En nokkru síðar var mér boðið skemmtilegra starf sem átti miklu betur við mig. Eftir á að hyggja var því gott að ég fékk ekki fyrra starfið, því þá hefði ég misst af því seinna. Þess vegna er betra að líta á allt hlutlausum augum og trúa því að allt sé eins og það eigi að vera. Við getum treyst því að Alheimurinn sendir okkur það sem við þurfum, hvernig sem hann fer að því.

Á morgnana bið ég bæn þar sem ég fel Guði líf mitt og bið hann að stjórna því að allt fari vel. Ég passa sjálfa mig og hann passar allt hitt. Þetta gerir reginmuninn. Þá daga sem ég gleymi því, finn ég stóran mun því allt er eitthvað miklu snúnara og fólk bregst ekki friðsamlega við. Við getum ekki stjórnað öðrum eða viðbrögðum þeirra og því fyrr sem við sleppum þeim ranghugmyndum því betra. Við getum bara stjórnað okkur sjálfum.

Aðrir geta ekki valdið okkur vonbrigðum, heldur eru það einungis væntingar okkar sjálfra sem valda vonbrigðunum. Aðrir eru að gera sitt besta miðað við þá reynslu og þekkingu sem þeir hafa. Við skiljum þá kannski ekki, því við sjáum hlutina ekki frá þeirra sjónarhorni. Okkar er að samþykkja að þeirra sjónarhorn er alveg jafn mikilvægt og okkar.

Ef þú breytir hvernig þú horfir á hlutina, mun það breytast sem þú horfir á.

Ef þú hefur væntingar til barnanna þinna sem þér finnst þau aldrei mæta, er betra að minnka væntingarnar og hrósa þeim frekar fyrir það sem þau eru. Þá allt í einu fara þau að blómstra.

Niðurstaða þessa lögmáls er: Ekki bera þig saman við aðra eða dæma aðra því þú stendur ekki í sömu sporum og þeir. Og það sem er eftirsóknarverðast í dag, er ekki endilega það sem er best til lengri tíma. Allt er afstætt.

Sem leiðir okkur að næsta lögmáli, *Andstæðulögmálinu*.

10.

Andstæðulögmálið

Allt á sér andstæðu. Ljós og myrkur. Sól og tungl. Gott og illt. Þægilegt og sárt. Mjúkt og hart. Tilfinningasemi og rökhugsun. Ef ekki væri myrkrið væri heldur ekkert ljós. Ef ekki væri til rok, væri heldur ekkert sem héti logn. Ef engin væru veikindin, væri ekkert sem heitir heilbrigði. Ef engin væru stríðin, væri ekkert sem héti friður. Hlutir eru skilgreindir út frá andstæðunni.

Hið óæskilega verður að vera leyfilegt, til að átta sig á því æskilega.

Við höfum alls konar andstæður innra með okkur. Stundum erum við mannblendin og þörfnumst annarra og stundum þurfum við að vera ein. Í sumum aðstæðum erum við hugrökk. Í öðrum aðstæðum erum við hrædd og efins um að sigrast á aðstæðum. Við viljum vera heiðarleg en svo koma stundir þar sem óheiðarleikinn tekur yfir.

Við þurfum þessa ólíku póla til að átta okkur á hlutunum. Hvernig er hægt að vita hvað er rétt, nema vita hvað er rangt? Við þurfum að vita af öfundinni til að læra að samgleðjast öðrum af öllu hjarta. Hófsemi verður ekki til nema að sigrast á græðginni. Þess vegna eru græðgi, ótti, óheiðarleiki og öfund af því góða, því þau kenna okkur andstæðuna. Hið illa er nauðsynlegt til að varða leiðina að hinu góða.

Andstæðurnar eru sitt hvor hliðin á sama peningnum.

Þetta lögmál er mikilvægt, því þegar við viljum laða eitthvað til okkar verðum við að láta réttu hlið peningsins snúa upp. Velmegun og skortur eru sitt hvor hliðin á sama peningnum. Ef við viljum laða til okkar velmegun gengur ekki að vera föst í viðhorfi skorts og sjá bara það sem okkur vantar. Kærleikur er sami peningur og einmanaleiki og velgengni er sami og mistök. Þannig eru skortur, einmanaleiki og mistök, tækifæri fyrir velmegun, kærleik og velgengni, þegar við snúum peningunum við.

Við verðum að vita hvað við viljum ekki, til að vita hvað við viljum. Þegar við viljum ekki lengur láta stjórnast af ótta, biðjum við um meira hugrekki. Þegar við erum orðin þreytt á gremjunni, leitum við að innri friði með því að fyrirgefa og sleppa.

Þegar þú veist hvað þig langar að laða til þín, íhugaðu þá andstæðuna. Getur verið að undirmeðvitundin sé föst í andstæðunni?

Hamingja er svo örstutt frá óhamingju. Góð leið til að snúa peningnum við er að breyta vanþakklæti í þakklæti fyrir allt sem þú hefur í lífinu. Óöryggi er ótti og skortur á trausti þannig að til að öðlast öryggi þarftu bara að sleppa óttanum og treysta því að allt fari vel.

Einu sinni var ég svo einmana því mér fannst engin vinkona hafa tíma fyrir mig. Alltaf þegar ég hafði samband voru þær svo uppteknar og höfðu engan tíma til að hittast. Ég upplifði þetta sem höfnun og varð bara enn meira einmana. Þegar ég áttaði mig á því að ég væri bara að festa einmanaleikann í sessi með því að vorkenna sjálfri mér, hætti ég að hugsa um það og einbeitti mér að öðrum hlutum. Ég fór að hugleiða og leyfði almættinu að fylla tómarúmið í brjóstinu með óendanlegum kærleika. Guð hefur alltaf tíma til að hittast. Ég byrjaði á nýrri bók og hugsaði að vinkonurnar myndu hafa samband þegar þær hefðu tíma.

Einmanaleiki hrindir frá sér kærleika, alveg eins og skortshugsun hrindir frá sér allsnægtum.

Þegar ég var með sífelldar peningaáhyggjur gat Alheimurinn ekki hjálpað mér. Ég þurfti að slaka á og treysta því að það yrði alltaf séð um mig. Að ég hefði alltaf nóg.

Við þurfum að gera mistök til að vita hvað er rétta leiðin. Þess vegna er óþarfi að refsa okkur sjálfum fyrir mistökin, því þau eru mikilvægar vörður á leiðinni til velgengni. Ef við festumst í eftirsjá og vonbrigðum með okkur sjálf, vegna einhverra gamalla mistaka, náum við ekki að halda áfram að næstu vörðu. Vörðurnar marka ekki bara mistökin, heldur líka mikilvæga áfanga.

Við þekkjum aðeins jafnvægi ef við kynnumst ójafnvægi.

Við myndum ekki vita hvað væri velgengni, nema upplifa það sem kallast mistök. Manneskja sem rekur fyrirtæki þarf að taka áhættu til að það blómstri. Stundum borgar áhættan sig og stundum ekki. En sama hvernig fer er manneskjan alltaf reynslunni ríkari.

Þegar ég ákvað að verða rithöfundur, byrjaði ég á smásögum. Ein þeirra var birt, hinar ekki. Þá sneri ég mér að leikritaskrifum. Mörg þeirra voru sýnd, önnur ekki. Þá tóku bækurnar við og fyrsta bókin var meiriháttar áfangi og stór varða. Ég hef eytt miklum tíma í að skrifa mörg handrit sem verða aldrei útgefin og það er bara allt í lagi. Ég þarf ekki að dæma þessi handrit sem mistök, því þau eru mikilvægar vörður á leiðinni til að verða virtur rithöfundur.

Hver sem draumurinn er þurfum við alltaf að prófa okkur áfram. Sumt færir okkur nær draumnum á meðan annað heldur aftur af okkur.

Leti og iðni eru andstæður, en báðar jafn mikilvægar. Það er þreytandi að vera alltaf iðin og nauðsynlegt að vera löt og hvíla okkur einstaka sinnum, en ef letin er viðvarandi er viðbúið að okkur verði ekki neitt úr verki. Þess vegna þurfum við báðar hliðar peningsins.

Þegar strákarnir mínir voru litlir reyndi ég að halda heimilinu í sæmilegu horfi. Við bjuggum í lítilli íbúð og strákarnir léku sér stundum frammi í stofu og oft voru stórir Legokubbar dreifðir um stofugólfið. Eitt kvöldið beygði ég mig niður til að taka kubbana saman og þá var hvíslað að mér: "Vertu löt í kvöld." Mér fannst það góð hugmynd að vera ekki alltaf að stressast við að halda í horfinu og hætti við að taka saman kubbana.

Um nóttina komu óboðnir aðilar inn um svaladyrnar og hávaðinn í kubbunum þegar þjófanir stigu á þá í myrkrinu, vöktu þáverandi eiginmann minn. Hann hélt að strákurinn okkar væri frammi að leika og kallaði fram. Þá heyrðust miklir skruðningar þar sem þeir æddu sömu leið yfir kubbana og út um svaladyrnar og svo var allt hljótt. Kubbarnir á gólfinu og hávaðinn í þeim, urðu til þess að þjófarnir tóku minna en hefðu þeir haft næði til að láta greipar sópa.

Það má vera latur og sleppa því að hafa allt fullkomið. Það má slaka á þegar við erum þreytt. Ég finn hvað ég hef miklu minni orku til að sinna bókaskrifum, nú þegar ég er í öðru starfi. En ef við ætlum að ná einhverjum draumi, eins og til dæmis að verða virtur rithöfundur, þýðir ekki að sitja öll kvöld og horfa á sjónvarpið, eins og mér hættir stundum til. Ég þarf að hafa augun á takmarkinu og vinna að því á hverjum degi. Þó ekki sé nema bara að hugleiða og fara með nokkrar staðhæfingar. Eins og *Athyglislögmálið* segir, því meiri athygli sem ég veiti draumnum, því fyrr rætist hann.

Allt hefur sinn tilgang. Þess vegna þurfum við ekki að afneita myrkrinu innra með sjálfum okkur. Sársauki, ótti eða leiðindi, allt hjálpar þetta okkur að finna andstæðuna. Þegar okkur tekst að snúa peningnum verðum við þakklát, miklu þakklátari en ef við hefðum aldrei kynnst andstæðunni.

Næsta lögmál fjallar líka um andstæður sem mynda heild, en það er *Lögmálið um kven- og karlorku.*

11.

Lögmálið um kven- og karlorku: Yin og yang

Eins og fjallað var um í síðasta kafla eru andstæður innra með öllu. Kven- og karlorka eru ein tegund af slíkum andstæðum og alls ekki bundin við kynin. Vissulega hafa sumar konur hlutfallslega meira af kvenorku og sumir karlar meira af karlorku, en það eru líka dæmi um karla með ríkjandi kvenorku og konur með ríkjandi karlorku. Þess vegna kýs ég frekar að kalla kvenorku *yin* og karlorku *yang* til að forðast að tengja orkuna of mikið við kynin.

Yin orka er mjúk, sveigjanleg og tilfinningarík. Með þessari orku kemur tilfinningalegur styrkur, innsæi, stuðningur og samkennd.

Yang orka er sterk, ákveðin, skipulögð og rökræn. Yang er ásetningur, vilji og framkvæmd, finna lausnir, koma hlutunum í verk og fylgja reglunum.

Hægra heilahvel er yin orka og stjórnar vinstri hluta líkamans hjá þeim sem eru rétthentir. Hægra heilahvelið er einmitt þar sem undirmeðvitundin, sköpun og innsæi starfa. Þar upplifum við líka tilfinningar, eins og ást, gleði, þakklæti og hamingju.

Ef hægra heilahvelið hjá okkur starfaði eingöngu, hyrfu öll skil á milli okkar og annarra. Við myndum skynja frumur okkar renna saman við frumur alls heimsins og við værum eitt með öllu sköpunarverkinu. Þar með væri enginn einmanaleiki, höfnun, skömm eða útskúfun, einungis alsæla. Við værum hins vegar eins og ungabörn, hefðum ekki rænu á að klæða okkur eða borða eða gera nokkurn skapaðan hlut. Við værum í endalausri andlegri vímu.

Þess vegna þurfum við líka á vinstra heilahvelinu að halda, með yang orku sem tengir okkur við raunveruleikann, skynsemina og egóið.

Ef vinstra heilahvelið væri eingöngu starfandi yrðum við ósveigjanlegir reglupésar, gjörsneyddir samkennd með öðrum. Við værum vissulega skipulögð og kæmum fullt af hlutum í verk, en gætum ekki upplifað gleði, ást eða hamingju. Þvert á móti myndum við upplifa okkur ein, aðskilin frá öðrum, jafnvel misskilin. Einmanakennd, ótti og skömm eru einmitt tilbúningur egósins, sem skilur ekki hvernig við erum öll guðleg eining.

Hægra og vinstra heilahvel fullkomna þannig hvort annað, á sama hátt og yin og yang.

Yang framkvæmir og yin leyfir hlutunum að gerast. Yang gefur og yin þiggur. Eins og eggið og sæðisfrumurnar. Eggið er yin, kvenorka, flýtur í rólegheitunum í leginu og hlutverk þess er *að vera*. Sæðisfrumurnar eru yang, karlorka, þjóta upp legshálsinn og þröngva sér inn í eggið. Hlutverk þeirra er *að gera*. Kvenorka og karlorka sameinast og úr verður nýr einstaklingur. Án beggja póla væri ekkert líf.

Sólin er yang því hún lýsir upp og hitar veröldina. Tunglið er yin, þiggur birtu sólarinnar. Tunglið er ekki að ergja sig þó það sé í hvarfi og fái enga birtu, eða monta sig yfir að vera allt upplýst. Tunglið bara er. Sólin er heldur ekkert að æsa sig þótt tunglið hverfi á bak við jörðina. Sólin bara gefur öllum sem eru í sjónmáli. Yin og yang eru í hlutlausu síbreytilegu samspili.

Þegar við tölum er yang orka ríkjandi og þegar við hlustum er yin orka ríkjandi. Í samræðum þar sem báðir tala og hlusta til skiptis er jafnvægi þarna á milli.

Það er samt misskilningur að það þurfi að vera stöðugt jafnvægi á milli yin og yang. Stundum förum við í skipulags- og framkvæmdagír og keyrum upp yang orkuna. Svo koma tímar þar sem við stillum inn á yin orkuna til að hlusta og styðja aðra eða bara til að slaka á og njóta.

Ef við erum löt, skortir fókus og framkvæmdaorku og frestum hlutunum, vantar okkur yang orku. Ef við færumst of mikið í fang svo við verðum þreytt og stressuð, skortir okkur yin orku.

Hugleiðsla þar sem við tæmum hugann er yin. Hugleiðsla þar sem við sjáum fyrir okkur heilunarorku umlykja jörðina og mannkynið er yang. Að ganga í náttúrunni er afskaplega góð leið til að ná sér í yin orku, því með því að slaka á og njóta fegurðar og kyrrðar, erum við í yin orku.

Heimurinn er betri þar sem yin og yang eru jafn mikilvæg. Mannkynið þarf að geta hlustað jafnvel og talað, fundið samkennd jafnvel og að framkvæma. Samhygð og tilfinningar eru jafn mikilvægar og rökhugsun og skipulag. Listamaður þarf kvenorku til að komast í flæði og karlorku til að koma verkinu frá sér. Manneskja í viðskiptum þarf bæði innsæi kvenorkunnar sem og hugrekki karlorkunnar til að taka ákvarðanir.

Ef þú finnur að þú kemur þér ekki að verki, einsettu þér þá að keyra upp meiri karlorku eða yang. Kveiktu á tónlist, dansaðu, skokkaðu á staðnum eða sjáðu fyrir þér rauða yang orku hellast yfir þig. Þú ert eldurinn sem læsist um viðinn og eflist og magnast, eða vindurinn sem er aldrei kyrr og hreinsar jörðina.

Ef þú ert orðin of stressuð og átt erfitt með að slaka á, sjáðu þá fyrir þér bláa róandi yin orku hellast yfir þig. Andaðu djúpt, hugsaðu um að vera móttækileg. Þú ert sjórinn sem lætur berast með aðdráttarafli tunglsins, blóm sem horfir upp í sólina, fugl sem hvílist á grein eða tunglið sem þiggur bjarma sólarinnar til að lýsa sig upp.

Flestir hafa einhver konar blöndu af yin og yang. Þó eru einstaklingar sem hafa meira af öðru hvoru og það er bara hið besta mál. Aðalmálið er að sættast við sjálfan sig, viðurkenna þá styrkleika sem fylgja orkunni og passa upp á veikleikana.

Ríkjandi yin orka

Þeir sem eru með yin orku ríkjandi eru tilfinningaríkir, viðkvæmir og oft djúpt hugsi. Þeir eru frábærir hlustendur og segja þér sannleikann. Á ensku kallast þeir empaths, eða highly sensitive person (HSP), þ.e. ofurviðkvæmir einstaklingar.

Ef þetta á við þig tengistu öðrum auðveldlega og finnur til með þeim. Fólk kemur til þín með vandamál sín því það finnur að þú hlustar og veitir þeim athygli. Þú ert líka ráðagóð því innsæið er opið fyrir lausnum sem koma inn í hugann.

Þú berð tilfinningarnar utan á þér og getur ekki logið án þess að það sjáist á andlitinu á þér. Þú þegir frekar en að særa, vegna þess að þú veist hvað það er vont að verða særður.

Þegar orkan þín er í jafnvægi ertu einstök og gefandi manneskja. Öðrum líður afskaplega vel í návist þinni og það er svo dýrmætt að finna að einhver hlusti og skilji mann. Heimurinn þarf yin fólk, því það er aldrei nóg af heiðarleika, samhygð og djúpri visku.

Yin fólk er berskjaldað og auðsært ef orkan er ekki í jafnvægi. Þeir hörfa ef þeir eru særðir og eiga til að einangra sig af ótta við höst viðbrögð annarra. Það getur tekið langan tíma að heila sárin, því tilfinningarnar eru svo sterkar að þær geta yfirtekið allt lífið.

Þess vegna er nauðsynlegt að hafa leiðir til að vinna úr tilfinningunum, eins og til dæmis Yang hugleiðsla, dagbókarskrif, fara út að skokka eða í röska fjallgöngu eða dansa sársaukann út með uppörvandi tónlist á fullu. Leyfa öllum tilfinningunum að koma út, sem þýðir líka að upplifa og viðurkenna það sem oftast er talið „neikvæðar" tilfinningar eins og reiði, gremju, sorg, einmanakennd og skömm.

Allar tilfinningar, sama hvar þær eru á tíðniskalanum, eru réttmætar og engar þeirra óæskilegar. Í raun eru tilfinningar helsti styrkur yin fólks og því nauðsynlegt að gefa þeim góðan tíma. Þær veita svörin, eru bein tenging við innsæið og leiðarvísir að lífinu. Ef þú fyllist vonbrigðum við að hugsa um einhvern valmöguleika, er það örugglega ekki rétta leiðin fyrir þig. Ef þú fyllist bjartsýni og krafti þegar þú hugsar um eitthvað sem þig langar að gera, er það líklega rétta leiðin fyrir þig.

Tilfinningarnar segja allt sem þarf til að taka ákvarðanir. Ef yin fólk gefur sér ekki tíma til að vinna úr tilfinningunum, heldur byrgir þær inni og deyfir, leita þær leiða til að komast út í gegnum líkamann með verkjum og veikindum og gremju.

Yin fólk verður frekar fyrir einelti og hrökklast úr starfi. Þá er auðvelt að einangra sig og álykta að maður geti ekki tekið þátt á vinnumarkaði. Fórnarlambshugsun tekur yfir og hugurinn fyllist af alls kyns kvíða og áhyggjum.

Ég þekki af eigin reynslu hversu auðvelt það er að finnast maður misheppnaður fyrir að vera svona viðkvæmur. En það gerði mér einmitt kleift að skrifa bækur um tilfinningar og andleg mál, því þar er tilfinningasemin ein af mínum helstu styrkleikum.

Fyrir yin fólk er gott að koma hreyfingu á orkuna með því að gefa af sér. Bjóddu fram aðstoð í sjálfboðavinnu, hjálpaðu vini að þrífa eða flytja. Taktu athyglina frá sjálfri þér ef fer að gæta sjálfsvorkunnarhugsana. Jarðtengdu þig. Gefðu án þess að búast við einhverju í staðinn og án þess að finnast þú vera fórnarlamb.

Ekki gefa öðrum vald yfir þér með því að leita ráða. Taktu sjálf ákvarðanir byggðar á þinni eigin tilfinningu, því aðrir vita ekki hvaða leið sálin þín vill fara. Hlustaðu á hjartað, því sálin tengist okkur þar.

Ef hvatastöðin eða sólarplexus eru virkari en hjartastöðin er hætta á að við tengjumst öðrum af meðvirkni. Hvatastöðin er tilfinningastöðin og því er hún mjög virk hjá yin fólki. Einmitt þess vegna er mikilvægt að leyfa ekki öðrum að tengjast inn í hana með sektarkennd eða ótta. Sólarplexus er miðstöð sjálfstraustsins og ef við geymum ranghugmyndir um að við séum ekki nógu góð, er það opin leið fyrir ótta við viðbrögð annarra.

Við erum öll fullkomin eins og við erum. Yin einstaklingar ákváðu að vera nákvæmlega svona í þessu lífi, því heimurinn þarf mýkt og skilning. Yin manneskjur eru því mikilvæg púsl í alheiminum, mýkja orkuna og geta hjálpað mörgum.

Ríkjandi yang orka

Þessir einstaklingar eru fæddir stjórnendur og leiðtogar. Þeir eru lausnamiðaðir, hugsa stórt og koma hreyfingu á orkuna í kring. Ef það er of mikil lognmolla fer þeim að leiðast.

Yang einstaklingar geta unnið mikið án þess að brenna út. Þeir sjá heildarmyndina og eiga auðvelt með að skipuleggja verkið með lokaútkomuna í huga. Þeir hugsa hratt, áorka ótrúlegustu hlutum og geta flutt fjöll ef þarf. Þeir eru sjaldan veikir og virðast með endalausa orku og framkvæmdadrif. Líklega finnst þeim best að vakna snemma og koma miklu í verk áður en aðrir rísa úr rekkju.

Það er svo auðvelt fyrir þá að gera það sem þeir ætla, að þeim finnst það ekkert sérstakt eða hróssins vert. Þeim hættir til að færast of mikið í fang og gera allt fyrir aðra. Þeir gefa og gefa, finnst þeir fá lítið í staðinn og þá er stutt í gremjuna.

Ef þeir reikna með að aðrir séu jafn atorkusamir, verða þeir auðveldlega fyrir vonbrigðum. Fólk hættir jafnvel að vilja hjálpa, því þeir vita að yang einstaklingurinn telur sig gera það miklu betur.

Yang fólk er stjórnsamt að eðlisfari en stjórnsemin getur keyrt yfir allan þjófabálk. Að stjórna öðrum með ótta, er misnotkun á yang orkunni og skapar viðkomandi karma, sem síðar þarf að vinna úr. Yfirþyrmandi yang orka getur lamað framkvæmdaorku mýkra fólks, ef í staðinn fyrir þakklæti koma bara skammir fyrir að gera þetta ekki nákvæmlega eins og yang manneskjan vildi. Jafnframt gætu aðrir sleppt því að segja eitthvað mikilvægt, af ótta við viðbrögð hins stjórnsama, ef þeim finnst hann of yfirþyrmandi.

Ég hef áður skrifað um veitingakonuna á Tyrklandi sem var svo yfirþyrmandi að aðrir tipluðu á tánum í kringum hana og reyndu að fara nákvæmlega eftir öllu eins og hún hafði fyrirskipað. Hún var með ákveðnar aðferðir við allt, meira að segja við að vaska upp. Það var óþarflega flókið ferli með sérstökum svömpum eða burstum fyrir hvert ílát og ef diskur eða skál hafði komið í tæri við egg, hrátt eða eldað, þurfti að þvo þau þrisvar sinnum, því henni mislíkaði svo lyktin af eggjum.

Hún hellti sér yfir nýja sjálfboðaliða af miklu offorsi til að tryggja að þeir yrðu auðsveipir. Ég hugsaði ekki út í það áður en ég mætti á svæðið, en hún var ekki með eina einustu umsögn á sjálfboðaliðaheimasíðunni, sem hefði átt að segja mér ýmislegt. Ég hélt bara að enginn hefði unnið fyrir hana áður. Nú veit ég að öðrum leið sennilega eins og mér eftir vistina, dauðfegnir að vera lausir og langaði ekki að eyða einu orði á hana í umsögn.

Ef þetta á við þig, temdu þér þolinmæði og gefðu öðrum tækifæri að gera hlutina, þótt þeir geri það ekki jafn hratt og skilvirkt og þú vildir. Nýttu frekar frábæru orkuna þína til að gera það erfiða sem aðrir geta ekki og feldu hinum að gera það auðvelda.

Börn ofurstjórnsamra einstaklinga verða oft uppburðarlítil, eiga erfitt með að taka ákvarðanir og sinna einföldustu málum. Þau venjast því að hringja í mömmu eða pabba sem redda málunum strax. En þar með alast þau upp við að hafa enga stjórn á lífinu og vera háð því að aðrir geri hlutina fyrir þau, sem gerir þau áhyggjufull og kvíðin. Við gerum börnum engan greiða með því að gera allt fyrir þau. Eða viljum við að þau verði ósjálfbjarga kvíðasjúklingar?

Leyfðu þér að vera þú sjálfur, sterkur, hæfileikaríkur og góður leiðtogi. Aðrir munu fylgja þér. Þú veist að þótt þú vinnir, þýðir ekki að aðrir tapi. Þú ert óhræddur við að bera ábyrgð og allir græða þegar þú færð að leiða.

Ekki vera hræddur við að útdeila verkefnum. Góður leiðtogi deilir verkefnum. Lélegur leiðtogi gerir allt sjálfur því hann treystir ekki öðrum og endar á því að hafa allt of mikið að gera, á meðan aðrir sitja aðgerðarlausir hjá.

Leyfðu öðrum að spreyta sig á sínum hraða. Leyfðu þeim að gera mistök, því þótt aðrir gerir mistök þýðir það ekki að þú sért verri leiðtogi. Aðrir þurfa líka að læra og við lærum best á mistökum.

Dómharka er mjög yang. Forðastu að dæma aðra, því þó svo að aðrir hafi ekki sömu hæfileika og þú til að framkvæma hlutina, þýðir ekki að þeir hafi ekki eitthvað annað fram að færa. Þegar við sættumst við sjálf okkur, höfum við minni þörf fyrir að dæma aðra.

Það er gott fyrir yang fólk að hugleiða fyrst á morgnana, fara yfir daginn og tengja sig inn á alheimsorkuna. Temja sér að hlusta í stað þess að stjórna alltaf samræðunum og þiggja þegar aðrir vilja gefa. Tileinka sér sveigjanleika og mýkt og treysta því að allt fari vel, þó svo þeir haldi ekki fast um stjórnartaumana.

Lögmálið um kven- og karlorku eða yin og yang snýst um að allt hefur þessa tvo póla innra með sér. Þegar við áttum okkur á hvort er meira ríkjandi hjá okkur og lærum að keyra upp það sem okkur vantar þegar þörf er á, finnum við meira jafnvægi og verðum umburðarlyndari og skilningsríkari gagnvart öðrum.

Stundum þurfum við að taka pásur frá sjálfsvinnu og sársauka og gera eitthvað skemmtilegt sem fær okkur til að gleyma öllu öðru. Sem leiðir okkur að næsta lögmáli, *Rytmalögmálinu*.

12.

Rytmalögmálið

Kannski ætti frekar að kalla þetta *Bylgjulögmálið*, því það táknar að allt gengur í bylgjum. Náttúran sveiflast milli árstíðanna, lifnar við á vorin, leikur sér í sumargolunni, safnar forða á haustin og leggst í dvala á vetrum. Allt á sér ákveðinn takt. Meira að segja veðrið, sem sveiflast að því er virðist óreglulega milli hitabylgja, kuldakasta, djúpra lægða eða blanka logns, hefur sinn eigin takt.

Allt gerist á sínum hraða. Árstíðirnar ýta ekki á eftir hver annarri. Allt sem kemur upp, fer aftur niður og aftur upp þegar tíminn er réttur. Jörðin hlýnar og kólnar á víxl á þúsund ára skeiði. Allt eins og það á að vera.

Á sama hátt gengur lífið í bylgjum. Á ákveðnum lífsskeiðum þyrstir okkur í andlegan fróðleik og lesum hverja bókina á fætur annarri eða skráum okkur á námskeið. Við opnum inn á alheimsfróðleikinn og rifjum upp það sem við vitum nú þegar sem sálir, en vissum ekki enn í þessu lífi. Einmitt þá lendum við í aðstæðum sem vekja með okkur hroka, samviskubit eða sjálfsefa, eða hvað sem við þurfum að hreinsa út.

Svo koma tímar þar sem við snúum okkur að veraldlegri hlutum, eignumst börn sem taka hug okkar allan eða vinnum meira til að safna fyrir nýrri íbúð eða bíl.

Kannski kemur tímabil þar sem við tökumst á við sjúkdóma eða tökum heilsuna fastari tökum. Svo kemur tími til að sinna áhugamálunum. Það er allt í lagi því þannig er lífið.

Stundum fáum við pásu og allt leikur í lyndi. Svo byrja erfiðleikarnir aftur. Alveg eins og það koma alltaf haustlægðir á eftir björtum sumrum. Því fyrr sem við lærum lexíurnar því fyrr ganga stormarnir yfir. Þess vegna er óþarfi að vera föst í fortíðinni og berja okkur endalaust fyrir eitthvað sem við hefðum viljað gera öðruvísi. Það er nefnilega ekkert sem heitir mistök, einungis dýrmæt reynsla og tækifæri til lærdóms.

Mistök eru dýrmæt skref í að átt að innri þroska.

Lífið býður upp á svo margt, að við sækjumst eftir að koma hingað og þroskast. Helst viljum við taka risa þroskastökk, klára fullt af karma og takast á við trilljón lexíur. Sálirnar ætla sér oft meira heldur en við erum tilbúin að takast á við sem manneskjur, svo það væri synd ef við stöðnuðum í einhverja áratugi og tækjum engum framförum. Þess vegna sér *Rytmalögmálið* um að senda okkur breytingar.

Allt er eins og það á að vera

Ef eitthvað gengur ekki eins og þú ætlaðir eða bjóst við, er það allt í lagi, því eitthvað betra er á leiðinni. Þér finnst það kannski ekki meðan á því stendur ef það hefur erfiðleika í för með sér. En þú sem sál hefur valið þetta og verður þakklát þegar þú sem persónuleiki tekst á við erfiðleikana og lexíuna sem í þeim felst. Og eftir að þú ert búin að læra lexíuna sérðu að útkoman var enn betri en það sem þú upphaflega vildir.

Einu sinni buðust mér tvö störf á ólíkum vinnustöðum. Eitthvað innra með mér þráði að velja annan vinnustaðinn, sem í mínum huga var nær áhugamálum mínum og valdi ég það starf. Þar lenti ég í aðstæðum sem ég hefði gjarnan vilja vera án og hætti, en eftir á að hyggja var þetta eitt af því besta sem hefur komið fyrir mig. Þarna þurfti ég að læra um ótta og hugrekki til að koma mér upp úr djúpum hjólförum sem ég var föst í. Með því að hreinsa óttann út úr hjartastöðinni myndaðist pláss fyrir hugrekki til að gera það sem mig hafði langað í mörg ár, m.a. að gefa út fyrstu bókina mína.

Hefði ég tekið hinu starfinu, væri ég kannski þar ennþá, alsæl og bókin bara óútgefið handrit í tölvunni.

Við sem sálir erum skemmtilega frjóar þegar kemur að því að skipuleggja viðburði og aðstæður til að takast á við lexíur og karma. Því fyrr sem þú sættist við að allt sé eins og það á að vera og reynir að sjá lexíuna í erfiðum aðstæðum, því fyrr nærðu sátt við lífið og tilveruna.

Fyrir fáeinum árum fannst mér ég vera komin með þetta, það er að segja mér fannst ég hafa allan þann andlega skilning sem þurfti. Ég var búin að fjarlægja ótta og skömm og fannst ég vera í flæðinu, tilbúin að læra lexíurnar í hverjum aðstæðum, dæma engan og elska alla. Mér fannst ég ekki einu sinni þurfa að lesa fleiri andlegar bækur á ævinni, því ég var með'etta.

Ég ákvað nú að setja allt mitt traust á alheimsaflið Guð, framleigja íbúðina mína, gefa mestallt dótið mitt og fara út í heim í sjálfboðavinnu. Ekki aðeins treysti ég Guði fyrir að redda þessum praktísku hlutum, enda leit ég svo á að ég væri að vinna fyrir hann með bókaskrifunum, heldur einnig að færa mér útlenskan útgefanda sem myndi elska bækurnar mínar og vilja ólmur gefa þær út svo ég gæti keypt mér lítið hús einhvers staðar í útlöndum og lífið yrði ljúft það sem eftir væri.

En einmitt þegar maður heldur að þetta sé komið og hægt sé að fara að slaka á, þá er hættan á að falla. Lífið færir okkur bara stærri lexíur ef hinar verða of auðveldar. Lífið er skóli eins og ég hef margoft sagt og það er lítið fútt í því að hanga alltaf í sama bekk þegar búið er að ná námsefninu.

Á ferðalaginu var ég í eilífri viðbragðstöðu, alltaf að aðlaga mig að umhverfinu og öðru fólki og alltaf að skipuleggja eða redda næstu skrefum. Allt sem krafðist gífurlegrar orku. Ég ferðaðist út um allan heim, frá Japan til Chile. Stundum var ég yfirmáta hamingjusöm, leið eins og hugrökkum fréttaritara í fjarlægu landi, en stundum þegar illa gekk að finna íverustaði var allt ómögulegt. Loks þráði ég ekkert heitar en að eiga heimili með minni eigin orku og þurfa ekki að taka tillit til eins einasta manns.

Eftir þriggja ára ferðalag kom ég aftur heim með skottið á milli lappanna. Mér fannst Guð ekki hafa staðið við sitt því hann færði mér ekki það sem ég þráði mest, þ.e. útgefanda og heimili í útlöndum. Mér fannst hann ekki lengur vera með mér í liði og mig langaði ekkert til að halda áfram að vinna fyrir hann, þ.e. að skrifa andlegar bækur.

Ég sættist við að mér væri greinilega ekki ætlað að búa í útlöndum, svo þegar ég fékk íbúðina mína aftur fór ég í hreiðurgerðargír. Ég málaði nokkra veggi í fallegum lit og útvegaði mér húsgögn til að hafa það huggulegt. Sálin og Alheimurinn vissu að ég þurfti hvíld og að hlaða batteríin áður en ég tækist á við næstu verkefni.

Alheimurinn veit betur en ég hvað hentar mér og bókaskrifunum. Kannski þarf ég að vera í íslensku orkunni til að skrifa djúpar bækur. Kannski myndi útgefandi setja of mikla pressu á mig eða vilja breyta innihaldinu of mikið þannig að bækurnar missi orkuna sem þær hafa nú. Ég verð bara að treysta að allt sé eins og það á að vera.

Það er tími fyrir allt. Lífið gengur í bylgjum, stundum þarf að sinna fjölskyldu og heimili, stundum tekur ferðaþráin yfir og stundum þurfum við bara hvíld. Þannig að ekki vera hrædd þó það komi kyrrstaða hjá þér. Kyrrstaða þýðir ekki endilega lognið á undan storminum, heldur bara að þú þurfir pásu. Allt er eins og það á að vera.

Núið er alltaf fullkomið. Allt er eins og það á að vera nákvæmlega núna og nákvæmlega í samræmi við hvar þú ert stödd núna.

Lífið færir þér það sem þú biður um, sem leiðir okkur að næsta lögmáli, *Lögmálinu um orð og óskir.*

13.

Lögmálið um orð og óskir

Undanfarin ár hef ég oft rekist á fólk sem segist „aldrei hafa tíma fyrir sjálft sig", „vera baksjúklingar", svo „óheppið í ástum", „aldrei finna stæði", eða eitthvað álíka ómögulegt og viðkvæðið mitt er alltaf það sama: „Ef þú segir það þannig, þá verður það þannig." Orð eru nefnilega álög, eins og Sigríður Klingenberg segir, sama hvort þau eru sögð, hugsuð eða skrifuð.

Hugsanir þínar verða að orðum
Orð þín verða að hegðun
Hegðun þín verður að vana
Vani þinn verður að gildum
Gildi þín verða örlög þín
    (Lao Tzu og fleiri spekingar)

Orð þín, bæði þau sem hljóma innra með þér, sem og þau sem þú lætur flakka upphátt, verða þannig örlög þín og því skiptir öllu máli hvernig þú orðar hlutina.

Hvert einasta orð sem þú segir og hver einasta hugsun meðvituð eða ómeðvituð, eru skipanir, ekki bara til líkamans heldur líka til Alheimsins. Með því að segja orðin upphátt ertu ekki einungis að að segja frumunum í líkamanum hvað þú sért, heldur ertu líka að segja hvernig þú viljir vera.

Ef þú tönglast á því að þú hafir engan tíma fyrir sjálfa þig þá er nokkuð víst að lífið sjái til þess að þú hafir alltaf næg verkefni. Þú ert bara að festa það í sessi með því að segja það. Alheimurinn hlustar á allt sem við segjum og þegar hann heyrir þetta, sendir hann þér alls konar vandamál, sem þú trúir að enginn annar en þú getir leyst úr.

Ef þú myndir hins vegar segja: „Mig langar að hafa meiri tíma fyrir sjálfan mig," þá finnur Alheimurinn leiðir til að minnka álagið á þér og sendir vandamálin annað.

Sumum finnst þeir ekki vera merkilegir nema þeir hafi mikið að gera. Eins og sjálfsmynd þeirra byggist á því að vera eftirsóttir og ómissandi. Það eru helst ungar sálir sem gangast upp í því að vera mikilvægari en aðrir og þegar þetta smitar út í samfélagið, halda eldri sálir að þetta sé málið.

Á Íslandi eru margar gamlar sálir, en vegna þess að þær kjósa frekar að líta inn á við og sinna andlegum þroska, myndast hér kjörið tækifæri fyrir ungar sálir sem sækjast eftir frama og áhrifum. Ef þig langar að haga þér eins og ung sál, þá endilega haltu áfram eins og hamstur í hjóli.

Aftur að lögmálinu. Ég þurfti að taka sjálfa mig í gegn og hætta að segja að ég gæti ekki lifað af bókaskrifum, því þar með hefti ég flæðið. Í staðinn þakka ég Alheiminum fyrir að hjálpa mér að lifa af bókunum og ég finn hvernig ég hef meira drif og kjark til að skipuleggja næstu skref. Ekki síður þurfti ég að breyta því viðhorfi að öll tækifæri væru búin og ekkert biði mín nema leiðinlegt starf.

Ef við hugsum stöðugt hversu blönk við séum, færir lífið okkur endalaus útgjöld til að eyða síðustu aurunum í. Ef kona segist alltaf lenda í samböndum með vandræðagemlingum, sendir lífið henni menn sem taka ekki ábyrgð á eigin gjörðum. Ef maður segir að allar konur reyni að notfæra sér hann, munu streyma til hans konur í leit að bjargvættum.

Ef ég barmaði mér og segðist alltaf þurfa að gera allt ein, myndi enginn bjóða fram aðstoð sína. Ef ég hins vegar bið Alheiminn um hjálp, kemur alltaf einhver sem getur aðstoðað mig nákvæmlega þegar ég þarf á að halda. Og það sem meira er, ég verð tilbúin að þiggja hjálpina. Ef ég segist hafa nógan pening mun það vera líka þannig. Ég fæ þá minni þörf fyrir að eyða peningum í óþarfa og óvæntir peningar streyma inn á reikninginn.

Í stað þess að endurtaka á hverjum degi að þú sért sjúklingur eða slæm af verkjum, væri ráð að kanna hvaða tilfinningar þú geymir þar sem verkirnir eru. Allir verkir eiga sér upptök í staðnaðri orku, sem eru þá gamlar tilfinningar eða viðhorf. Þetta geta verið tilfinningar og viðhorf frá fyrri lífum sem einhverjar aðstæður í þessu lífi kveiktu á. Samkvæmt *Lögmálinu um stöðuga endurnýjun orku* geturðu endurnýjað orkuna í bakinu, heilað stífluðu orkuna í burtu og sett nýja í staðinn. Kannski er það einfalt með viðhorfsbreytingu, kannski þarftu heilun í lengri tíma.

Ég þekki konu sem var oft kvalin í baki eftir bílslys. Þegar slysið varð, var hún með manni sem hún átti í leynilegu ástarsambandi við, en til að gera aðstæðurnar enn smánarlegri, voru þau á bíl eiginkonu hans. Það var ekki fyrr en ég benti henni á að skoða hvort hún geymdi sektarkennd í bakinu, að eitthvað fór að rofa til. Bara með því að sleppa sektarkenndinni og fyrirgefa sjálfri sér og öllum málsaðilum, létti hún nógu mikið á orkunni til að verkurinn minnkaði stórlega.

Allir verkir sem ég fæ eru tilfinningalegs eðlis. Með því að kanna tilfinninguna á bak við verkinn og heila hana losna ég við hann. Þannig hef ég losnað við frosna öxl oftar en einu sinni, grindargliðnun og fáránlega sáran verk í hnénu sem kom eftir að ég heimsótti Efesus.

Verkurinn í hnénu var örugglega ekkert líkamlegt, því ég missteig mig ekki eða neitt, heldur greinilega orka frá fyrra lífi sem kom upp á yfirborðið þegar ég heimsótti gömlu borgina, til að gefa mér tækifæri til að heila hana í burtu. Ég var rúmliggjandi og sárþjáð í nokkra daga og það tók margar vikur fyrir verkinn að hverfa, svo það er ekki eins og heilun láti allt hverfa um leið.

Það er betra að segja að bakið sé í bataferli og senda því ást og kærleika. Ef þú biður um hjálp við að heila verkinn, færðu alls kyns vísbendingar um hvaða tilfinningar þú geymir og hver getur hjálpað þér. Þá er mikilvægt að taka mark á þessum vísbendingum og vinna með orsakirnar. Það leysir engan vanda að taka verkjalyf og pína sig áfram.

Við konur erum svo gjarnar á að tala okkur niður. Í hvert sinn sem ég lít í spegil hættir mér til að einblýna á þann stað sem mér líkar hvað síst og hugsa hvað hann sé ljótur. En hugsanir eru líka álög og í stað þess að dæma einhvern líkamspart ljótan er ráð að finna kærleik í hjartanu fyrir alla reynslu sem hefur gert líkamann að því sem hann er í dag. Láta ástina flæða til líkamans og segja hvað hann sé æðislegur. Þegar ég er meðvituð um þetta hætti ég smám saman að sjá hann sem ljótan og það verður auðveldara að elska hann.

Sjálfskarma er náskylt venjulegu karma nema það snýr að okkur sjálfum. Segjum til dæmis að við höfum haft skakkar tennur í einhverju lífi og mikla minnihåttarkennd út af því. Í hvert sinn sem við litum í spegil sáum við ekkert nema þessar skökku tennur. Í þessu lífi fæðumst við svo aftur með skakkar tennur og höfum tækifæri til að jafna karmað með því að láta rétta tennurnar, fá okkur falskar eða sætta okkur við tennurnar eins og þær eru.

Við núllstillum karmað með því að hætta að láta tennurnar fara í taugarnar á okkur og læra að elska sjálf okkur með öllu því sem gerir okkur sérstök og einstök.

Við ættum endilega að nota þetta líf til að sættast við alla líkamsparta. Hver sá líkamspartur sem þú ert ósátt við, er eins og munaðarleysingi sem þráir ekkert meira en að vera elskaður og tekinn í sátt. Prófaðu þetta með eitthvað sem þú hefur hingað til verið ósátt við og sjáðu hvort eitthvað breytist ekki.

„Ég er svo óheppin," eða „ég laða alltaf að mér óheppilega menn/konur," eru setningar sem við ættum endilega að umorða. Segja frekar: „Ég er alltaf að verða heppnari og heppnari," þar til við getum með sanni sagt „Ég er svo óumræðanlega heppin að það er alveg geggjað." Á sama hátt er betra að segja: „Ég laða til mín yndislegan mann sem er fullkominn fyrir mig."

Þegar ég var í tilvistarkreppunni og langaði ekki neitt, sagði vinkona mín að ég þyrfti bara að verða ástfangin til að finna tilgang með lífinu á ný. Mig langaði ekki í samband bara til að vera með einhverjum, en vildi samt ekki loka alveg á möguleikann svo ég sagði: „Ef það er einhver maður þarna úti sem hentar mér, treysti ég því að lífið færi mér hann."

Á ferðalaginu þegar ég var talsvert bjartsýnni, orðaði ég það: „Ég treysti því að Alheimurinn hagræði öllu þannig að ég hitti rétta manninn fyrir mig."

Lífið færði mér tvo menn sem ég varð hrifin af og þótt samböndin hafi ekki enst er það allt í lagi, því þau voru nákvæmlega það sem ég þurfti á þeim tíma. Báðir mennirnir eru vinir mínir í dag.

Ef ég segist alltaf vera að hitta meiriháttar yndislega menn, verður það líka þannig, því ég mun búast við því að fólk sé yndislegt og leita eftir gæðunum í hverjum manni. Allar manneskjur eru nefnilega bæði yndislegar og erfiðar, bara eftir því hvort við einblýnum á eða búumst við.

Allir eru með einhver vandamál, en þegar vandamálin eru kannski svipuð og okkar eigin, tökum við ekki eftir þeim. Best er að finna maka með galla eða vandamál sem þú tekur ekki eftir, annað hvort vegna þess að það eru ekki gallar í þínum augum eða þú hefur fullan skilning á þeim.

Ef þú laðast að einhverjum með galla sem fara verulega í taugarnar á þér, er það annað hvort vísbending um að eitthvað sé innra með þér sem þú þarft að vinna með, samanber *Lögmálið um samsvörun*, eða gamalt karma ykkar á milli sem þú ert að ganga inn í og heyrir viðvörunarbjöllurnar klingja. Hvort þú gengur alla leið inn í karmað eða hlustar á bjöllurnar, fer eftir hvar þú ert í þroska. Þarftu að fá alla reynsluna eða ertu búin að læra nóg til að segja nei strax?

Í samstarfi okkar með englum og andlegum leiðbeinendum skiptir líka öllu máli hvernig við orðum hlutina. Ef við segjum: „Hverju er ég að gleyma?" þá er hugurinn áfram tómur. Ef við hins vegar segjum: „Hverju ætlaði ég að muna eftir?" kemur það sem við ætluðum að muna inn í hugann. Ef þú segir: „Af hverju finn ég aldrei neitt?" þarftu ekki að leita lengur því þú munt ekki finna það sem þú leitar að. Ef þú segir hins vegar: „Hvar setti ég aftur lyklana/gleraugun/símann?" þá kemur mynd upp í kollinn sem hjálpar þér að finna það sem þú leitar að. Þetta hef ég sannreynt margsinnis.

Það þýðir ekkert að biðja um að *engin* óhöpp hendi í dag, þvi þar með ertu að biðja um óhöpp. Þú verður að biðja um að allt fari vel í dag. Ekki biðja Alheiminn um að sjá til að þú lendir *ekki* í slysi á leiðinni heim. Biddu frekar um að þú komist heil heim. Ef þú segist *ekki* ætla að verða veik, eru líkur á að þú verðir veik. Undirmeðvitundin, og þar með Alheimurinn, skilur ekki neitun og heyrir ekki orðið *ekki*. Orðaðu það frekar þannig að þú sért heilbrigð og með gott ónæmiskerfi.

Það þýðir ekki að óska sér með því að segja að þig *vanti* þetta eða hitt. Alheimurinn skilur þá að þú viljir hafa það þannig áfram. Þú þarft að segja að þú *viljir* fá það, eða ímynda þér þig sjálfa í huganum með það. Enn betra er að þakka fyrirfram eins og þú sért nú þegar með það.

Það þýðir heldur ekkert að *reyna* eitthvað. Alheimurinn skilur það svo að við séum ennþá að hugsa málið.

Hvert einasta orð sem við hugsum eða segjum, við okkur sjálf eða aðra, eru bein tilmæli til Alheimsins, líkamans og lífsins.

Það sem þú biður um

Einu sinni sem oftar var ég að raða fötum í fataskápnum og tautaði annars hugar að ég ætti allt of mikið af fötum. Alheimurinn heyrði þetta og var ekkert að tvínóna við hlutina. Ég fór til útlanda með öll flottustu sumarfötin mín og ferðatöskunni var stolið. Ég hef sjaldan verið eins sár á ævinni og sakna enn sumra flíkanna í töskunni.

Um daginn þegar vel gekk að grennast, horfði ég í spegilinn, glöð með árangurinn en sagði að ég mætti léttast *örlítið* í viðbót. Um kvöldið þar sem ég var að skera grænmeti hrökk hnífurinn til og skar framan af þumlinum á mér. Það var kannski ekki alveg það sem ég var að hugsa með að léttast örlítið.

Það skiptir nefnilega máli hvað við biðjum um.

Ef þú biður um hamingju, sendir lífið þér ótal tækifæri til að vera hamingjusöm. Það eru ekki endilega stundir þar sem allt leikur í lyndi, heldur jafnvel þvert á móti eitthvað til að kenna þér að hamingjan felst í hverju einasta andartaki. Hvort þú takir þeim tækifærum fagnandi er undir þér komið, ekki öðrum.

Ef þú biður um hugrekki, sendir lífið þér aðstæður þar sem þú getur æft þig að vera hugrökk. Þú færð ekki pakka í pósti með fullt af hugrekki sem þú getur gleypt eins og pillur, heldur muntu lenda í erfiðum aðstæðum þar sem hugrekkis er þörf. Hugrekki þarf að æfa, alveg eins og þrek og vöðvastyrk. Við verðum ekki líkamlega sterk með því að óska okkur. Við þurfum að mæta í ræktina eða gera æfingar heima. Hugrekki eflist eftir því sem við þjálfum það.

Ég hef alltaf verið vatnshrædd og varð ekki góð í sundi fyrr en á fullorðinsárum. Á þriggja ára ferðalaginu var hugrekki eitt af því sem ég var að efla. Í Istanbúl fór ég í siglingu upp Bosporussund og í vík nálægt Svartahafi var kastað akkerum og allir stukku út í.

Mér finnst ekkert mál að fara út í sjó frá strönd, þar sem maður veit alltaf hvað er langt til botns. En mér hefur alltaf fundist hræðilegt að hoppa út í sjó, fara í kaf og rata kannski ekki aftur upp á yfirborðið.

Þarna vildi ég láta reyna á hugrekkið og fikraði mig varfærnislega út af brettinu og út í sjó. Þar sem ég synti þarna í kringum snekkjuna fann ég smá fyrir gamla óttanum, en nýja hugrekkið var sterkara, sem gladdi mig ósegjanlega. Hugsa sér, ég var að synda í djúpum sjó!

Í Argentínu fór ég í siglingu undir einn af þremur stærstu fossum veraldar, Iguasu fossa. Á netinu hafði ég lesið að þessi sigling væri ómissandi hluti af upplifuninni, svo ég skráði mig og hugsaði að ég hefði nú synt í sjónum í Bosporussundi. Ég hlyti að vera orðin vön.

Við fengum björgunarvesti og ég settist við borðstokkinn. En á leið að fossunum runnu á mig tvær grímur þegar bátsmennirnir tveir klæddu sig í þykka regngalla og reimuðu hetturnar fastar. Hvað var ég búin að koma mér í? Ég hélt að við ætluðum bara að skoða fossana neðan frá, ekki fara undir þá. Mest langaði mig að hætta við, en hughreysti mig með því að ég hlyti að geta þetta eins og aðrir.

Eftir því sem við nálguðumst fossana, magnaðist óttinn í mér. Að sjálfsögðu fórum við ekki undir þar sem straumurinn er sterkastur, enda hefðum við aldrei lifað það af. En við fórum undir úðann þar sem hann var svo þéttur að það var ekki hægt að anda. Ég saup hveljur og var alveg að fara yfir um. Fyrir næstu bunu færði ég mig við hliðina á næsta manni og greip um handlegginn á honum í skelfingu.

Við fórum nokkrum sinnum undir og ég beið í ofvæni eftir að þetta væri búið. Eftir á ákvað ég að þarna hefði ég farið út fyrir mín eigin mörk. Ég var ekki komin yfir vatnshræðsluna og var bara sátt að hafa hana áfram. Ég þurfti ekki á meira hugrekki að halda.

Við vitum aldrei hvernig það kemur sem við þráum eða það sem okkur er ætlað. Þess vegna borgar sig ekki að hafa væntingar því þær leiða yfirleitt til vonbrigða. Sendu óskina út, slepptu svo að hugsa um það og leyfðu Alheiminum að láta það rætast á sinn hátt.

Hvert einasta orð sem við segjum eða hugsum skiptir máli, hvort sem við segjum orðin upphátt eða í hljóði. Orð verða viðhorf og viðhorf verða framtíðin. Þess vegna er sagt að við sköpum okkar eigin framtíð.

Sama má segja um það sem við hugsum um aðra, sem leiðir okkur að næsta lögmáli, *Lögmálinu um yfirvarp.*

14.

Lögmálið um yfirvarp

Þetta lögmál er eiginlega *Samsvörunarlögmálið* með öfugum formerkjum. Samsvörun þýðir að hið ytra speglar hið innra, en þetta lögmál segir að við vörpum eigin viðhorfum yfir á heiminn.

Tvær manneskjur geta staðið hlið við hlið á sama blettinum og dvalið í sitt hvorum heiminum. Önnur er sannfærð um að heimurinn sé að farast og sér því allt sem fer úrskeiðis. Hin er sannfærð um að heimurinn sé góður og sér allt það góða sem staðfestingu á því.

Ein gæti horft upp á föður sinna dóttur sinni af þolinmæði og ást, á meðan sessunauturinn sér bara óstýrláta dóttur og hugsar hvað börn séu óuppalin á þessum síðustu og verstu tímum.

Á ensku heitir þetta *Law of Projection*. *Projection* þýðir að varpa einhverju yfir á eitthvað annað eins og til dæmis með myndvarpa eða sýningarvél. Þetta lögmál þýðir að ómeðvitað vörpum við okkar eigin viðhorfum, gildum, hugsunum, tilfinningum og reynslu yfir á aðra og höldum að það sé þeirra, þegar í raun er það okkar. Þetta virkar líka öfugt, að aðrir halda að við hugsum og upplifum það sama og þeir.

Næmir einstaklingar skynja oft hvernig öðrum líður og þess vegna er tilhneiging til að halda að það eigi alltaf við. Að þeir viti alltaf hvað aðrir eru að hugsa. Sem er náttúrulega ekki rétt.

Ef þetta á við um þig, er ágætis prófsteinn að spyrja vin, vinkonu eða maka hvað þau eru að hugsa þá stundina, sérstaklega ef þú ert sannfærð um að þau séu að hugsa um eitthvað sem þú hafir gert þeim. Fólk er nefnilega yfirleitt að hugsa um eitthvað sem snýr að þeim sjálfum.

Sumir halda að þeir þekki sína nánustu svo vel að þeir viti hvernig þeir muni bregðast við og hlífa þeim þess vegna við óþægilegum upplýsingum. Þarna eru þeir að varpa eigin ótta og meðvirkni á aðra. Fólk breytist og þroskast og mun ekki alltaf bregðast við eins og höldum.

Ágætis dæmi um þetta er samband foreldra og barna. Í fjölskyldum myndast ákveðin samskiptamynstur, mismunandi heilbrigð og uppbyggjandi. Börnin vaxa og fullorðin, en ef foreldrar halda áfram að koma fram við þau eins og smákrakka eða ofvernda þau, eru þau að hindra að þessir einstaklingar verði sjálfstæðir og hugrakkir. Í staðinn verða foreldrar að læra að koma fram við uppkomin börn sín eins og fullorðið fólk.

Þegar strákarnir mínir voru litlir var ég enn full af ótta og föst í hefðbundinni samfélagshugsun. Í stað þess að samþykkja þá eins og þeir voru, var ég upptekin af því að hvetja þá til að standa sig vel í skóla, svo þeir fengju nú örugglega góða vinnu, svo þeir gætu eignast fjölskyldu og orðið hamingjusamir.

Þarna varpaði ég eigin ótta og gildum yfir á þá og reiknaði með að auðvitað vildu þeir verða hefðbundnir fjölskyldufeður í ferköntuðum gildum samfélagsins. Að peningar og öryggi væri það eina sem færði hamingju. Eftir því sem ég varð frjálsari sjálf, gat ég séð hvað þeir voru stórkostlegir þá þegar og að standa sig vel í bóknámi var engin trygging fyrir velmegun.

Yfirvarp er varnarviðbragð þar sem fólk vill ekki horfast í augu við erfiðar tilfinningar og ákveður að aðrir séu vandamálið. Ef til dæmis einstaklingur er óöruggur í sambandi ásakar hann hinn aðilann um eitthvað sem er jafnvel ekki rétt.

Yfirvarp er líka ákveðin einföldun á heiminum. Alhæfingar eins og að allir séu hræddir við sjúkdóma, að allir trúi á kraftaverk, eða enginn verði hamingjusamur nema í gegnum æðri mátt, yfirfæra okkar ótta og gildi yfir á aðra.

Ef þú ert viss um að fólk sé frekt og leiðinlegt, muntu finna slíkt fólk. Það er hins vegar frekjan í þér sjálfri sem espar aðra upp, eða þú misskilur aðra sem eru kannski hinir ljúfustu.

Eftir að ég skildi, fannst mér að allar konur ættu að ganga í gegnum skilnað, því reynslan var mér svo valdeflandi. En í raun var það bara mín skoðun. Auðvitað mátti finna konur sem voru alsælar í hjónabandinu og tókst að vaxa og dafna þar.

Þetta er einnig rétt á hinn bóginn. Það sem aðrir segja við okkur, segir meira um þeirra eigin tilfinningar, hugsanir, viðhorf og reynslu. Þess vegna er mikilvægt að taka aldrei neinu persónulega sem aðrir segja. Nema það sé jákvætt og uppbyggjandi. Þótt þeir séu að reyna að hjálpa okkur með því að segja að við séum of viðkvæm eða of þrjósk, þá er slík ásökun ekki endilega það sem við þurfum að heyra. Eða rétt yfirhöfuð.

Því er mikilvægt að taka bara á móti því sem við finnum í hjartanu að er rétt fyrir okkur. Við erum aldrei neitt *of* eða *van*, alltaf fullkomin nákvæmlega eins og við erum, svo framarlega sem við komum fram af virðingu við aðra.

Einhvers staðar las ég að þegar einhver hreytir í okkur að ástæðulausu, er hann að borga okkur gamalt karma, þar sem við höfum hreytt svipað til hans í fyrra lífi. Ef við svörum ekki í sömu mynt, er karmað leyst. Ef við hins vegar hreytum einhverju jafn særandi til baka er karmað ekki jafnað. Mér varð hugsað til veitingakonunnar í Tyrklandi í þessu samhengi.

Ef þú geymir sektarkennd, skömm eða sjálfsefa, ertu óvarin fyrir bitrum orðaflaumi annarra og orkan fer beint inn í þá orkustöð þar tilfinningin dvelur. Ef þú hefur hins vegar unnið með þessar tilfinningar er möguleiki að orðin detti niður dauð. Þá geturðu valið að breyta neikvæðu orkunni í jákvæða og svara af kærleika og skilningi. Eða einfaldlega breyta um umræðuefni.

Það er nauðsynlegt að læra að verja sig fyrir neikvæðum sendingum. Myrkrið mun alltaf reyna að slökkva ljósið og þeir sem þjást munu alltaf reyna að láta aðra þjást líka. Allt til að þurfa ekki að horfast í augu við eigin sársauka.

Þú byggir upp varnir með því að taka til hjá þér. Losaðu þig við uppsafnaða sektarkennd, skömm og sjálfsefa. Þú ert frábær eins og þú ert og ef einhverjum líkar ekki við þig er það bara þeirra harmur. Þið eruð þá bara ekki á sömu tíðni og allt í góðu með það.

Handritshöfundurinn

Lífið er kvikmynd þar sem þú skrifar handritið, stjórnar upptökuvélinni, leikstýrir og býður öðrum leikurum hlutverk. Þú ert sýningarvélin sem varpar kvikmyndinni á veruleikatjaldið þitt. Allt sem gerist er það sem þú skrifaðir inn í líf þitt þann daginn eða áður.

Segjum okkur að þú hafir slegið aðeins of fast á lúrtakkann á vekjaraklukkunni svo hún hringir ekki aftur. Klukkutíma of seint vaknarðu með andfælum, skutlar þér í ósamstæð föt og borðar morgunmatinn á leiðinni í bílnum. Þú kemur hlaupandi inn, hálftíma of sein og hugsar að þetta sé greinilega einn af þessum ömurlegu dögum þar sem allt fer úrskeiðis. Í vinnunni er yfirmaðurinn hryssingslegur og einn kúnninn svo erfiður að þú þarft að fara inn á klósett til að gráta.

Þar sem þú ert með samviskubit yfir að hafa mætt of seint, vinnurðu örlítið lengur, sem þýðir að þú ert sein í leikfimi. Það er dimmt og rigning, rúðuþurrkurnar á fullu og þú alveg að farast úr stressi. Bíllinn á undan þér silast áfram og þú bölvar honum í sand og ösku og keyrir nálægt honum í von um að hann drulli sér áfram. Á endanum keyrirðu aftan á hann, alveg óvart.

Þú ferð út, gjörsamlega úttauguð. Í staðinn fyrir að anda djúpt, róa sjálfa þig og biðjast afsökunar, hellirðu þér yfir bílstjórann. Spyrð hvað í andskotanum hann hafi eiginlega verið að gera og segir ljóst að hann hafi greinilega verið í símanum. Allt til að sleppa við samviskubitið.

Sekúnduna sem þú ákveður að kvikmyndin þennan daginn heiti *Ömurlegur dagur* og að allt muni fara úrskeiðis, ertu byrjuð að skrifa handritið. Þú ert stressuð, gröm sjálfri þér fyrir að sofa yfir þig og með samviskubit yfir að mæta seint. Þetta er allt á lágri tíðni.

Erfiði kúnninn fær hugljómun að koma einmitt í dag því hann ákvað líka að þetta yrði leiðinlegur dagur og passar því svona ljómandi vel inn í handritið. Yfirmaðurinn var á sömu línu og líka sá sem ók í bílnum á undan þér. Þið voruð öll á sömu tíðni, ákváðuð að þetta yrði ömurlegur dagur og að eitthvað slæmt myndi örugglega gerast.

Þess vegna er svo mikilvægt að byrja daginn á því að ákveða að þetta verði góður dagur og búast við kraftaverkum, frekar en hamförum. Ekki yfirfæra örlítið óhapp um morguninn á allan daginn.

Einu sinni bókaði ég mig í hunda- og húsapössun með margra mánaða fyrirvara. Í tölvupóstssamskiptum við fólkið skynjaði ég að þau stjórnuðust af ótta. Þau töluðu um allt sem hefði farið úrskeiðis hjá fyrrverandi húsapössurum, meðal annars að eitt parið hefði verið svo óforskammað að hætta við á síðustu stundu og þau því ákveðið að vera tímanlega núna. Þegar fólk hugsar svona er það bara að draga til sín vandræðin. Mig dauðlangaði að hætta við sjálf, því mig langaði ekki að lenda í óhöppum, en tíminn nálgaðist óðfluga og í staðinn bað ég englana oft og mörgum sinnum að passa að allt færi vel.

Ég mætti á svæðið og kynnti mér allt fyrirkomulagið þeirra. Þetta voru fyrrverandi hermaður og fyrrverandi reglugerðarkona hjá opinberri stofnun, svo allt var í mjög föstum skorðum. Annar hundurinn var með rafmagnsól um hálsinn og rafmagnsgirðing allt í kring um lóðina sem þurfti að slökkva á þegar við færum út að ganga og kveikja aftur á þegar við kæmum til baka og þeir lausir úti.

Hundarnir fengu eina tegund af nammi þegar þeir komu úr göngutúr og öðruvísi nammi þegar þeir voru komnir inn, þvegnir og burstaðir á hverjum degi og ákveðið nammi eftir það.

Þegar búið var að sýna mér allt, spurði maðurinn hvort ég gæti borgað fjörtíu þúsund í tryggingu. Þegar þarna var komið hafði ég passað á þó nokkrum stöðum áður og var með fín meðmæli. Ég var ekki með svo mikla peninga á mér og sagðist aldrei hafa verið beðin um tryggingu fyrr. Var ég eiginlega orðin þreytt á þessari tortryggni hjá þeim en lét á engu bera og varð úr að ég þurfti ekki að borga.

Allt gekk vel. Okkur tókst að fylgja planinu allan tímann. Hundarnir voru hraustir, týndust aldrei og ekkert brotnaði innanhúss. Þetta leit vel út þegar þau komu til baka.

Nokkrum dögum síðar fékk ég skilaboð frá konunni. Hafði hún þá fundið að eitt ljósið í heita pottinum var dottið úr og bað mig að útskýra hvernig það hefði komið til. Ég sagði sem var að við hefðum ekki tekið eftir neinu ljósi sem datt úr eða hvort vantaði yfirhöfuð. Við notuðum pottinn og allt virkaði.

Af því þau voru svo ákveðin í að eitthvað færi úrskeiðis fundu þau eitthvað smávægilegt til að réttlæta ótta sinn. Þau vörpuðu ótta sínum yfir á okkur og voru handviss um að eitthvað myndi fara úrskeiðis.

En vegna þess hversu heitt ég bað englana að láta allt ganga vel, gekk allt eins í sögu hjá okkur. Lífið er nákvæmlega eins og við ætlumst til að það sé.

Dómharka

Ef þú tekur eftir hvað aðrir geisla og hvað ljósið þeirra er fallegt er það spegill á ljósið þitt sem líka er fallegt. Ef þú sérð fegurð, kærleika og hjálpsemi í öðrum, býrð þú líka yfir fegurð, kærleik og hjálpsemi.

Allt sem þú segir um aðra, ertu í raun að segja um sjálfa þig. Ef þér líkar ekki við einhvern sem þú umgengst eða hittir, er eitthvað innra með þér sem þú ert ósátt við. Þú getur ekki breytt öðrum en þú getur breytt sjálfri þér.

Það er mikilvægt að dæma aldrei eða ásaka aðra því þetta segir hvort sem er meira um okkur sjálf en þá.

Þetta lögmál gefur okkur ómæld tækifæri til þroska. Ef þér finnst gaman að tala um hvernig aðrir hafa skandalað er ljóst að þú skammast þín fyrir eitthvað hjá sjálfri þér.

Hér áður fyrr mátti aldrei segja frá því sem var öðruvísi en normið, af ótta við útskúfun úr samfélaginu. Þetta var ekki ástæðulaus ótti, því samfélagið var lítið og dómharkan mikil. En allir höfðu eitthvað „óhreint" í pokahorninu, svo samfélagið var gegnsýrt af skömm. Til að beina athyglinni frá sjálfu sér, talaði fólk um alla hina sem voru „ennþá verri" í von um að engum dytti í hug að það væri eitthvað að hjá því.

Í staðinn fyrir að dæma aðra, gætirðu reynt að líta í eigin barm. Hvað fer í taugarnar á þér hjá öðrum og hverju ertu mögulega að varpa yfir frá sjálfri þér?

Á tímabili átti ég erfitt með að samgleðjast öðrum rithöfundum sem gekk vel, því mér fannst ég ekki hafa náð þeim árangri sem ég vonaðist eftir. Ég varpaði eigin vonbrigðum yfir á þá. En þegar ég gerði mér grein fyrir því að afbrýðisemi héldi mér ekki einungis niðri í tíðni, heldur hindraði velgengni, snarbreytti ég viðhorfinu og nú samgleðst ég öllum sem gengur vel, sama hvort þeir séu rithöfundar eða að gera góða hluti í öðrum greinum.

Það er alltaf gott að skoða *Tíðnilögmálið* og skoða hvort afbrýðisemi eða vonleysi, reiði eða uppgjöf haldi okkur niðri í tíðni. Ég veit að bækurnar mínar höfða til lítils hóps eins og er og eftir því sem fleiri hafa áhuga á andlegum málum eykst salan á bókunum. En kannski þarf ég að ná ákveðinni tíðni til áður en ég næ til fjöldans. Þegar við erum á réttri tíðni kemur allt til okkar sem á að koma. Hins vegar veit ég líka að á meðan ég glími sjálf við ófullkomnun hef ég eitthvað til að skrifa um.

Líka er sniðugt að skoða *Afstæðislögmálið* sem segir að við ættum aldrei að bera okkur saman við aðra. Við erum á okkar vegferð og þeir á sinni. Þeir eru mjög líklega að læra eitthvað annað en við. Kannski ákvað sálin þeirra að njóta velgengni snemma, til að takast á við lexíur eins og ofmetnað eða vonbrigði seinna í lífinu. Það er viðurkennt vandamál að rithöfundar sem fá geysilega velgengni með fyrstu bókina eiga í mesta basli með að skrifa þá næstu. Svo getur líka vel verið að þeir voru búnir að skrifa mörg handrit áður en þeir fengu loksins viðurkenningu.

Fólk pirrar okkur einungis ef það varpar ljósi á eitthvað í okkur sjálfum sem við getum breytt og hjálpar okkur þannig að þroskast. Það er því algjör óþarfi að dæma aðra. Dómharka er líka vísbending um að við dæmum okkur sjálf of hart. Við megum vera eins og við erum og elska okkur og samþykkja skilyrðislaust.

Eins og allir hinir, erum við líka mikilvæg púsl í hinu stóra púsli alheimsins.

Þegar þú horfir á aðra manneskju hugsaðu þá eftirfarandi án þess að dæma:

- *Eins og ég, er hún er að gera eins vel og hún getur.*
- *Eins og ég, þráir hún ekkert meira en að vera elskuð og samþykkt.*
- *Eins og ég, þekkir hún sorg, einmanaleika og örvæntingu.*
- *Eins og ég, tekur hún ákvarðanir byggðar á eigin reynslu og viðhorfi.*
- *Eins og ég þráir hún hamingju og reynir að forðast þjáningu.*

Áður en við fæðumst ákveðum við að vinna með ákveðnar tilfinningar og takmarkanir innra með okkur og lífið sendir okkur atburði sem eiga að fá okkur til að takast á við þær. Eða gefur okkur að minnsta kosti síendurtekin tækifæri, ef við þversköllumst við að sinna þeim.

Sem leiðir okkur að næsta lögmáli, *Mótstöðulögmálinu.*

15.

Mótstöðulögmálið

Guð, gefðu mér æðruleysi til að sætta mig við það sem ég fæ ekki breytt ...

Þetta er upphafið að Æðruleysisbæninni og lögmálið í hnotskurn. Það sem við berjumst gegn, streitist á móti og hefur enn meiri áhrif á líf okkar. Það er ekki fyrr en við tökum því með æðruleysi, öðru nafni hlutleysi, að við afvopnum það, svo það geti farið sína leið. Þetta lögmál má líka kalla *Lögmálið um að veita ekki mótspyrnu*.

Mótstaða sprettur af ótta. Við spyrnum á móti þegar við erum hrædd. En þegar við óttumst eitthvað, hvort sem er sjúkdóma, fátækt eða mistök, erum við að draga það til okkar. Ótti dregur okkur niður í sömu tíðni og það sem við óttumst, sem aftur eykur líkurnar á að það gerist. Ef þú ert til dæmis hrædd við mistök eða að verða þér til skammar, eru meiri líkur á að þú upplifir skömm.

Í staðinn fyrir óttast peningaleysi, hugsaðu þá um að laða að þér velgengni. Segðu og hugsaðu frekar „peningarnir streyma til mín" eða „ég nýt velgengni."

Þegar Covid 19 faraldurinn geisaði, var ég ekki hrædd heldur sagði, að ef ég myndi fá vírusinn, myndi ég ekki finna fyrir því. Ég sprittaði mig aldrei og gekk helst ekki með grímu og ákvað að lýsið sem ég tók á hverjum morgni myndi verja mig. Til að veita vírusnum ekki óverðskuldaða athygli var smitrakningarforritið aldrei sett upp og Almannavarnafundir fóru allir framhjá mér. Ég veit ekki enn hvort ég hafi fengið vírusinn og það skiptir mig engu máli. Í stuttu máli má segja að ég hafi verið á annari tíðni en vírusinn. Ég streittist ekki á móti og þar með minnkaði ég líkurnar á að veikjast illa.

Það krefst gífurlegrar orku að þykjast eða reyna að vera eitthvað annað en við erum. Þar sem ég útskrifaðist úr Verzlunarskólanum var auðveldast að fá skrifstofuvinnu. Fyrsti mánuðurinn í nýrri vinnu var alltaf skemmtilegur en þegar ég var búin að læra allt sem hægt var að læra, tók rútínan við og það er ekki fyrir mig. Ég þurfti að pína mig til að gera verkefnin, drekka kaffi bara til að koma mér að verki og eftir vinnu var ég svo þreytt að ég nennti engu. Á endanum gafst ég alltaf upp og fór til útlanda í leit að ævintýrum. Svo kom ég aftur heim, fékk aftur skrifstofuvinnu því það var eina starfsreynslan sem ég hafði og gafst svo aftur upp eftir einhvern tíma.

En þegar ég fór að skrifa bækur hafði ég endalausa orku. Ég þurfti ekki lengur að drekka kaffi til að koma mér að verki og fékk útrás fyrir óseðjandi lærdómsþörf. Gallar mínir, svo sem tilfinningasemi, þörf fyrir tilbreytingu og sköpun, eldfljótur hugur og lærdómsþrá, eru styrkleikar þegar kemur að bókaskrifum. Þegar ég hætti að streitast á móti köllun minni, gekk lífið miklu betur.

Sumir þrífast best í rútínuvinnu og það væri erfitt fyrir þá að þurfa að finna eitthvað nýtt að gera á hverjum degi. Aðalatriðið er að gera það sem þér gengur best. Streitast ekki á móti sjálfum þér.

Þetta lögmál er hvatning til að læra betur á okkur sjálf. Hvað kemur auðveldlega og hvað þurfum við að hafa meira fyrir? Hvaða hæfileika hefur þú sem aðrir hafa ekki?

Segjum að þér hafi alltaf gengið illa í eðlisfræði í barnaskóla. Þegar kom að því að velja framhaldsnám, valdirðu líklega ekki eðlisfræði, heldur eitthvað sem var meira á þínu sviði. Sama með lífið. Þegar við veljum eitthvað sem liggur vel við okkur, erum við í flæðinu.

Það þýðir samt ekki að við förum aldrei út fyrir þægindahringinn. Flæðið getur einmitt leitt okkur langt út fyrir hann. Ég var svo föst í því að skrifstofuvinna væri eina leiðin til að afla tekna, að það var stórt skref fyrir mig að hætta að vinna og helga mig bókaskrifum. Ég hafði enga hugmynd um hvernig þetta myndi ganga, en treysti því að Alheimurinn myndi sjá um mig.

Lögmálið gefur okkur líka von um að þó svo að ástandið sé erfitt núna, er góður möguleiki að breyta því. Ef þú streitist á móti lexíunni, ertu einungis að lengja í snörunni, þ.e. lengja tímann sem þú þjáist. Því fyrr sem þú lærir lexíuna, því fyrr losnarðu úr aðstæðunum. Það þýðir ekkert að berjast við eitthvað sem við fáum engu breytt.

Lífið þarf ekki að vera erfitt. Tökum vatnið aftur sem dæmi. Vatnið flýtur alltaf þar sem er minnsta mótstaðan. Auðveldustu leið niður í móti og ef steinn stendur í veginum, finnur það leið í kringum steininn.

Eins með okkur. Ef við ætlum að þrjóskast við að fara í gegnum steininn, erum við að gera lífið miklu erfiðara en það þarf að vera. Það tekur þúsund ár fyrir vatn að hola stein. Ætlum við að berja höfðinu í sama steininn í þúsund ár? Með því að vera í flæðinu, hinkrum við þegar hindrun kemur í veginn, þar til glufa opnast öðru hvoru megin við.

Ekki hanga í einhverju og halda að það sé það eina rétta fyrir þig. Ef þú færð ekki draumastarfið, draumaíbúðina eða draumaprinsinn eða prinsessuna, er annað betra sem bíður eftir að þú opnir á aðra möguleika.

Ekki einblína á það sem þú vilt ekki.

Ég þyngdist nokkuð á ferðalaginu og það tók mig óratíma að losna við síðustu kílóin. Þegar ég leit í spegil sá ég bara aukakílóin og sagði við sjálfa mig í huganum: „O, ég er svo feit." En þar með var ég að festa fituna í sessi, því bæði líkaminn og Alheimurinn heyrðu þessi orð og hugsuðu: „Jæja, hún vill greinilega vera feit og þá leyfum við henni það." Líkaminn kallaði eftir mat til að uppfylla þessa ósk og Alheimurinn sendi mér alls kyns freistingar sem ómögulegt var að standast. Ég var svo mikið að berjast gegn fitunni að hún hékk sem fastast.

Lengi vel reyndi ég að minnka súkkulaðiátið. Einn daginn þegar súkkulaðið var búið heima ætlaði ég ekki að kaupa meira, því ef ég á það, borða ég það. Þar sem ég keyrði framhjá versluninni hugsaði ég með mér: „Ég ætla ekki að kaupa súkkulaði." Mig vantaði ekki neitt, en samt sneru hendurnar stýrinu þannig að bíllinn beygði inn á planið hjá búðinni. Ég hugsaði aftur meðvitað og ákveðin: „Ég ætla ekki að kaupa súkkulaði." Samt lagði ég bílnum og fór inn. Aftur sagði ég skýrt í huganum: „Ég ætla ekki að kaupa súkkulaði," og labbaði beint að súkkulaðirekkanum og keypti mér pakka.

Alheimurinn skilur ekki orðið „ekki", þannig að hann heyrði alltaf „ég ætla að kaupa súkkulaði," og hjálpaði mér að gera nákvæmlega það. Það sem ég barðist gegn, það streittist enn meira á móti.

Það gekk ekki neitt að banna mér að borða súkkulaði, fyrr en ég fór að fókusa á það sem ég mátti borða. Þegar mig langaði í súkkulaði, þýddi ekkert að segja „nei, bannað." Þá langaði mig bara enn meira og varð alveg viðþolslaus af súkkulaðiþrá. Það eina sem þýddi var að hugsa: „Ég má borða epli, ananas, perur, möndlur ..."

Það var ekki fyrr en ég fór að segja að líkami minn væri fallegur, að ég fór að geta staðist freistingarnar. Það hjálpar mér líka að hugsa þar sem ég geng fram hjá freistingunum í verslunum: „Ég kýs að vera grönn." En auðvitað er ég breysk eins og aðrir og fell stundum í freistingar.

Tólf Sporin

Ég varð þeirrar gæfu aðnjótandi að kynnast tólf sporum AA samtakanna sem búið er að yfirfæra á alls konar fíkn. Fyrsta sporið gengur einmitt út á að sleppa stjórninni og lýsa okkur vanmáttug gagnvart einhverju sem við viljum breyta. Fíkn, sama hvers eðlis, er sterk og eflist bara þegar við reynum að stjórna henni eða streitast á móti.

Í öðru spori sættumst við á þann möguleika að það sé eitthvað þarna úti sem geti stjórnað betur en við sjálf. Þetta *eitthvað* er ósýnilegt en kærleiksríkt og öflugra en við sjálf.

Í þriðja spori felum við svo þessu æðra afli að taka stjórnina. Þetta æðra afl er það sama og vitundin eða kærleiksveran sem hér hefur verið kallað *Alheimurinn*.

Fyrstu sporin þrjú eru mótstöðulögmálið í hnotskurn. Við hættum að streitast á móti og leyfum einhverju æðra að sjá um hlutina. Sporafundir eru einmitt til að minna okkur á að reyna ekki að taka stjórnina aftur, því um leið og við gleymum okkur og reynum að stjórna eigin lífi missum við í raun stjórnina.

Þetta getum við notað um alla fíkn, s.s. áfengi, sykur, vímuefni, læknadóp, kaupæði, kynlíf, mat eða tölvuleiki, sem og meðvirkni og allt sem við óttumst. Í stað þess að óttast, getum við treyst því að Alheimurinn passi upp á okkur. Þar með lyftum við tíðninni upp yfir áhyggjur og ótta og tökum öllu sem kemur af æðruleysi, vitandi að það er einhver lærdómur fólginn í öllu.

Æðruleysisbænin öll er svona:

Guð, gefðu mér æðruleysi til að sætta mig við það sem ég fæ ekki breytt, kjark til að breyta því sem ég get breytt og vit til að greina þar á milli.

Þegar við tökum öllu af æðruleysi, streitumst við ekki lengur á móti. Við breytum því sem við getum breytt og treystum að það, sem við höfum enga stjórn á, muni leysast sjálfkrafa. Það þarf ekki að fara eins og við óskuðum helst, því við sjáum ekki allar hliðar málsins og vitum ekki hvað er best fyrir alla. Alheimurinn sér hlutina hins vegar í miklu stærra samhengi, bæði gagnvart öðru fólki og líka í samhengi tímans.

Það er svo auðvelt að velta sér upp úr vandamálunum til að reyna að finna einhverjar lausnir. En þar sem við veltum okkur upp úr þeim, er eins og við spólum bara dýpra niður og á endanum verðum við að viðurkenna vanmátt okkar og láta almættið draga okkur upp. Ef við erum þrjósk og neitum að biðja um hjálp, spólum við bara enn dýpra. Það sem við streitumst á móti, eflist bara.

Það krefst svo mikillar orku að streitast á móti einhverju að við höfum ekki orku í neitt annað. Þegar ég streittist á móti því að borða súkkulaði, gat ég ekki hugsað um neitt annað. Í hvert sinn sem ég leit upp frá tölvunni, blasti við skápurinn þar sem ég geymdi súkkulaðið, svo ég var sífellt með súkkulaðilanganir. Þetta varð að þráhyggju og allir sem hafa haft þráhyggju vita að þá kemst ekkert annað að.

Það var ekki fyrr en hætti að borða sykur að ég losnaði við þráhyggjuna gagnvart súkkulaði. Einstaka sinnum fell ég, en það verður sífellt auðveldara að ná mér aftur á strik.

Þegar ég man eftir því að biðja almættið á morgnana að taka frá mér sykurlöngunina gengur allt miklu betur. Ég passa mig á að orða það ekki „viltu hjálpa mér að borða ekki sykur," því þar með myndi Alheimurinn að hjálpa mér að borða sykur. Þess í stað orða ég það frekar „taktu frá mér sykurlöngunina," sem er miklu hlutlausara. Ég leyfi mér hins vegar að fá mér heitt kakó á kvöldin með hreinu kakói og hunangi í staðinn fyrir sykur.

Þriðja sporinu fylgir bæn sem er best að segja strax á morgnana. Ég fann svo greinilega fyrst eftir að ég tók sporin, að ef ég mundi eftir bæninni varð dagurinn ljómandi góður og allt gekk upp án þess að ég þyrfti að hugsa um það, en ef ég gleymdi henni kom alltaf upp eitthvað vesen. Hver og einn getur aðlagað bænina á sinn hátt og mín útgáfa er eitthvað á þessa leið:

Guð, ég gef þér allt mitt líf og allt sem ég mun verða.
Gef að þessi dagur verði sem nýr, þar sem ég sleppi öllum áhyggjum og ótta.
Losaðu mig undan sykurfíkninni [eða hvað sem ég vil losna við þann daginn].
Verði þinn vilji.

Eins og áður segir má skipta út orðinu Guð fyrir það sem þú vilt. Sumir sem eru hættir að trúa á Guð kristinna manna, mikla fyrir sér að nota sporin. Vissulega byggjast sporin upphaflega á kristinni trú en þau eru orðin svo miklu meira en það.

Hugmyndin um Guð hefur víkkað út og gjörbreyst. Hinn fyrrum strangi faðir með refsivöndinn er orðinn tær umvefjandi kærleikur sem elskar okkur nákvæmlega eins og við erum, breysk og fallvölt. Veikindi, slys og dauði eru ekki lengur refsing fyrir eitthvað rangt sem við gerðum, heldur gangur lífsins og tækifæri til að læra.

Ég er náttúrulega fallvölt og breysk eins og allir og þegar fer að ganga vel gleymi ég að fara með bænina á morgnana. Það er svo ekki fyrr en allt er komið í hönk, ég dottin í sætindi og farin að hugsa hvað ég sé ómöguleg og glötuð, að ég man eftir bæninni.

Að sleppa stjórninni og hætta að reyna að leysa öll vandamál sjálf, sparar okkur svo mikla orku. Það er svo gífurlega þreytandi að ætla að stjórna öllu í þeirri veiku von að verða ekki fyrir vonbrigðum. En það eru miklu meiri líkur á að verða fyrir vonbrigðum þegar við reynum að stjórna, því hlutirnir fara sjaldnast eins og við héldum að væri best.

Það er einmitt miklu betra að leyfa hlutunum að gerast og sjá það góða sem gerist. Þakka fyrir allt það góða sem kemur til okkar. Því meira sem við þökkum fyrir, því meira ánægjulegt kemur til okkar. Þakklæti er ekki bara að vera ekki vanþakklátur, heldur virkilega setja þakkirnar í orð. Þakka Alheiminum fyrir allt sem hann hefur fært þér og lyfta þér þannig í tíðni.

Þjáning

Búdda sagði: „Það er mótstaðan gegn því sem er, sem veldur þjáningunni." Ástvinamissir, veikindi, slys, vandamál í samböndum og fjárskortur eru vissulega sársaukafull. En þegar við hættum að reyna að forðast sársaukann og samþykkjum hlutina eins og þeir eru, breytist þjáningin í reynslu sem dýpkar skilning okkar og sátt.

Sársaukafullar tilfinningar eins og sorg, ótti, reiði, sektarkennd og samviskubit eru fullkomlega eðlilegir fylgifiskar erfiðleika. Að streitast á móti þessum tilfinningum, bælir þær bara þar til við springum eða verðum veik. Með því að hleypa því erfiða í gegn, fer það sína leið án þess að heltaka okkur og ræna okkur orkunni. Við þurfum á þessari orku að halda til að framkalla það sem við viljum fá í lífinu.

Við streitumst einungis á móti því sem við skiljum ekki.

Sumt eru staðreyndir sem ekki er hægt að breyta. Það er gangur lífsins að sumir deyja og aðrir fæðast í staðinn. Veikindi og slys eru ekki árans óheppni, heldur tækifæri til að taka stór þroskastökk.

Annað getur Alheimurinn lagað fyrir okkur, eins og til dæmis erfiðleika í sambandi. Á sama leyti og ég tók sporin var ég í sambandi við mann. En það var núningur í sambandinu, sem varð til þess að ég gat ekki einbeitt mér að neinu öðru. Ég gat ekki skrifað þótt ég væri með efni í bók, en eyddi öllum tímanum í vangaveltur um hvað ég ætti að segja til að leysa málið. Það var ekki fyrr en ég gafst upp, sagðist ekki nenna að hugsa um þetta lengur og bað almættið um að redda þessu. Ég var orðin svo þreytt á að reyna að leysa málið að mér var orðið sama hvernig sambandið færi.

Það var eins og við manninn mælt, fljótlega leystust málin af sjálfu sér. Við hættum saman, en þannig að allir voru sáttir. Þegar ég var hætt að halda í dauðadæmt samband, gat Alheimurinn séð um sitt. Við þurfum nefnilega ekki að leysa allt sjálf og oft er betra að leyfa Alheiminum að sjá um hlutina. Leyfa lífinu að hafa sinn gang.

Sjálfsefi

Fimm árum eftir að ég skrifaði skáldsöguna *Á leið stjarnanna og vindsins* ákvað ég að gefa hana út á hljóðbók. Ég las sjálf inn textann og þar sem ég var að fara yfir hann helltust yfir mig efasemdir um að þetta væri nógu gott. Líklega eru margir rithöfundar gagnrýnir á eigin verk, sérstaklega svona löngu seinna.

Á þessum tíma var ég einmitt með efasemdir um að ég ætti að vera rithöfundur og þarna staðfestist sá efi. Ef þetta var það sem kom þegar ég settist við skriftir, ætti ég bara að snúa mér að einhverju öðru.

Ég bað Guð um að senda mér nýja sögu til að skrifa svo ég gæti hætt að velta mér upp úr þessum sjálfsefa. Ég veit vel að ég skrifa ekki bækurnar sjálf, heldur eru þær skrifaðar í gegnum mig. Þegar andlegu leiðbeinendur mínir ákveða að ég hafi nægilegan fókus, næði og tíma, senda þeir nýja bók í flæðið. Ef ég reyni að byrja á nýrri bók án stuðnings þeirra, missi ég dampinn og gefst upp í miðju kafi.

En ekkert bólaði á nýrri sögu og ég engdist um í sjálfsefa. Svo var það eitt sinn er ég var í sturtu og hugsaði um hvernig flæðið frá andlegu leiðbeinendum mínum væri ekki eins og vatnið í sturtunni að því leyti að ég skrúfaði ekki bara frá þegar mér hentaði, heldur þyrfti ég að bíða þar til þeir ákvæðu að ég væri tilbúin. Þá kom allt í einu þessi setning inn í hugann:

„Og ertu að gagnrýna það sem við erum að senda þér?"

Ég varð kjaftstopp. Auðvitað var það nákvæmlega það sem ég var að gera. Ég var að gagnrýna textann eins og hann væri minn eiginn, búin að steingleyma hvernig hann kom inn á sínum tíma. Fyrir utan, að á sama tíma var ég að lesa einstaka kafla upp fyrir fólk til að æfa mig fyrir upptökuna og þetta fólk hélt varla vatni af hrifingu. Svona getur maður verið blindur á eigin hæfileika og ég þurfti greinilega að finna sjálfstraustið mitt aftur. Eftir þetta hætti ég að hugsa um textann og treysti því að einhver þyrfti að heyra söguna nákvæmlega svona.

Þar sem ég var í einum af mínu daglegu göngutúrum kom til mín að sjálfstraust er eins og að labba á fínni línu hátt uppi yfir stóru gili. Öðru megin við línuna er oflæti, sú trú að finnast maður betri en aðrir og vita allt betur. Hinum megin er svo sjálfsefinn. Það er svo auðvelt að detta niður öðru hvoru megin og það eina sem getur hjálpað okkur að halda jafnvægi er jafnvægisstöngin, það er æðruleysið.

Ég þurfti því að príla aftur upp á sjálfstraustslínuna og muna að hafa æðruleysisstöngina með í för til að halda jafnvægi.

Margir upplifa þá tilfinningu að hafa aldrei verið nógu góðir fyrir foreldra sína. En í raun var viðhorfið meðfætt og markmiðið að læra á því og finna innra samþykki. Líklega völdum við okkur foreldra sem upplifðu það sama hjá sér og áttu erfitt með að hrósa öðrum, til að spegla það yfir til okkar.

Þó svo að við veldum foreldra sem hrósuðu okkur fyrir það sem við gerðum vel, tókum við það ekki inn, því við trúðum svo gjörsamlega að við værum ekki nógu góð. Lexían er að breyta þessu innra viðhorfi, því öll erum við fullkomlega eins og við eigum að vera í þessu lífi. Ég held að flestar eldri sálir glími við þetta viðhorf að einhverju leyti og hvort sem við lærum lexíuna í þessu lífi eða næstu er undir okkur komið.

Sjálfsefi er eins konar mótstaða gegn hæfileikum okkar. Einn tilgangur með sjálfsefa er að það hvetur okkur til að skara fram úr. Okkur er svo í mun að sanna fyrir foreldrum okkar eða samfélaginu að við séum einhvers virði, að við stofnum fyrirtæki sem blómstrar, verðum afreksfólk í íþróttum, sækjumst eftir mikilli ábyrgð í stjórnmálum, skrifum stórkostlegar bækur eða sækjum geist fram þar sem hæfileikar okkar liggja. Það er í raun ótrúlegt hversu margir, sem hafa gert frábæra hluti, glíma við efasemdir um að þeir séu nógu góðir.

Það er þetta tómarúm í brjóstinu sem við reynum sífellt að fylla með utanaðkomandi ráðum. Hvort sem við leitumst við að skara framúr eða grípum til áfengis, vímuefna, kynlífs eða ástar, er takmarkið að fylla tómið. En tómið verður ekki fyllt utanfrá. Það fyllist einungis innan frá, með innra samþykki.

Ef foreldrar þínir voru ekki nógu duglegir að hrósa þér, búðu þér þá til ímyndaða foreldra sem eru nákvæmlega eins og þú hefðir viljað hafa þá. Ímyndaði pabbinn hampar þér sem stórkostlega hugaðri og frábærri manneskju og hvetur þig áfram. Ímyndaða mamman segir þér hundrað sinnum á dag hversu mikið hún elskar þig, hversu velkomin þú varst þegar þú fæddist og hversu dýrmæt þú sért, alveg þar til þú trúir því. Stundum þurfum við bara smá viðbót við raunveruleikann, alveg eins og stundum þurfum við að taka vítamín til að bæta upp vítamínskort.

Sjálfsefi er ein af hindrunum í lífinu. Ef ég efast um sjálfa mig munu aðrir gera það líka og ekki kaupa bækurnar mínar. Alheimurinn getur ekki sent okkur velgengni, ef við efumst um hæfileika okkar. Alheimurinn getur bara sent okkur það sem speglast innra með okkur.

Að vinna með lögmálinu, sleppa mótþróa og vera í flæðinu, er samt langt frá því að vera fórnarlömb aðstæðna. Að taka því sem kemur er ekki það sama og að bera enga ábyrgð á hvað hendir okkur. Fórnarlambið er svo fast í þeirri ranghugmynd að það sé máttlaust í aðstæðum, að það firrar sig ábyrgð á eigin lífi. Það streitist á móti gjafmildi og velmegun og er fast í skortshugsun og sjálfsvorkunn.

En eins og segir í næsta lögmáli, *Lögmálinu um ábyrgð*, berum við algjörlega ábyrgð á öllu sem gerist hjá okkur sjálfum.

16.

Lögmálið um ábyrgð

Allt sem gerist er eitthvað sem þú eða sálin þín báðu um. Þér finnst kannski ýmislegt ósanngjarnt sem hefur gerst og getur ómögulega ímyndað þér að þú hafir beðið um það. En öllum sársauka fylgir lærdómur, sem við getum valið að læra eða ekki. Við höfum frjálst val.

Þegar ég kom til baka eftir þriggja ára ferðalagið mitt var ég ekkert sérlega bjartsýn á lífið. Ég var hætt að trúa því að Guð væri með mér í liði og var eiginlega að vona að ég ætti stutt eftir. En nákvæmlega sama dag og ég kom til landsins, lenti ég í slysi og þríbrotnaði. Viku seinna fékk ég botnlangabólgu og var skorin upp. Þarna lá ég á spítalanum, axlarbrotin, rifbeinsbrotin, með brotið bein í andlitinu að jafna mig eftir skurðaðgerð á kviðnum.

Ég hefði getað fallið dýpra í sjálfsvorkunn, ákveðið að ég væri fórnarlamb aðstæðna og þyrfti að þjást það sem eftir væri. En ég ákvað frekar að nota þetta sem viðvörun. Lífið var greinilega að spegla innra viðhorf hjá mér og ef ég tæki mig ekki á, fengi ég meira af þessu sama. Svo ég fór aftur að skrifa.

Það er ástæða fyrir öllu sem gerist eða gerist ekki.
Allar aðstæður eru lærdómur.

Ef þú lendir í slysi geturðu spurt sjálfa þig hvers vegna. Allt gerist af ástæðu og við löðum til okkar viðburði í samræmi við tíðni okkar þann daginn. Þótt þú stjórnir ekki öðrum eða því sem kemur fyrir þig, geturðu stjórnað viðhorfum þínum, viðbrögðum og væntingum. Þú getur líka alltaf valið að hækka tíðnina til að forðast slys í framtíðinni.

Tökum annað dæmi og segjum að maki þinn haldi framhjá. Nú hugsar þú kannski að það væri örugglega ekki neitt sem þú myndir nokkurn tíma biðja um. En ef þú hugsar þetta út frá sjónarhóli sálarinnar, þá sérðu að það er ýmislegt hægt að læra af því.

Til dæmis er hægt að læra um fyrirgefninguna. Kannski finnst þér erfitt að fyrirgefa makanum, en það er ástæða fyrir öllu. Gæti ástæðan legið í hjónabandinu? Fékk makinn ekki einhverjum þörfum fullnægt í sambandinu? Hafði hann eða hún jafnvel orð á því á einhverjum tímapunkti?

Það er líka hægt að læra um skilyrðislausa ást. Ef þú hættir að elska makann út af framhjáhaldinu, þá var það ekki skilyrðislaus ást. Þá uppfylltuð þið bara ákveðnar þarfir hjá hvort öðru. Skilyrðislaus ást gufar ekki upp þótt annar aðilinn brjóti traust þitt.

Þótt þú fyrirgefir makanum og finnur að þú elskir hann áfram skilyrðislaust þarftu ekki að vera áfram með honum. Þú gætir ákveðið að fara fram á skilnað. Þú gætir líka valið að fyrirgefa, líta á þetta sem mikilvægt hliðarspor sem varpaði ljósi á þörf sem var ekki fullnægt í sambandinu og vinna í því.

Makinn ber ábyrgð á sínum gjörðum og viðbrögðum og þú á þínum. Bregstu við af heift og með ásökun? Kemur stoltið þitt í veg fyrir að þú viljir fyrirgefa?

Ef þú setur þig í spor makans, myndirðu vilja að hann fyrirgæfi þér fyrir sambærilegt hliðarspor?

Allar kringumstæður voru skapaðar af okkur sjálfum.
Við erum alltaf nákvæmlega þar sem við eigum að vera.

Segjum að þú lendir í alvarlegu slysi. Endurhæfingin tekur mörg ár og þú jafnar þig kannski aldrei alveg. Hvers vegna myndi sálin biðja um svoleiðis lexíu? Ef þú hugsar þetta út frá karma gæti ástæðan legið í öðru lífi. Kannski varstu hrokafull gagnvart fötluðu fólki í öðru lífi eða lést jafnvel deyða þá sem voru öðruvísi. Kannski varstu svo upptekin af lífsgæðakapphlaupinu í síðasta lífi að þú ákvaðst að neyða sjálfa þig til að taka því rólega í þessu lífi. Kannski vildirðu uppgötva hæfileika sem þú hefðir ekki uppgötvað ef þú hefðir verið heilbrigð áfram. Kannski vildirðu þvinga þig til að líta inn á við og læra að heila sjálfa þig.

Andstæðan við þetta lögmál er að upplifa sig sem fórnarlamb.

Fórnarlambið tekur ekki ábyrgð á sjálfu sér, heldur kennir öðrum um hvernig er ástatt fyrir sér. Slysið er hinum bílstjóranum að kenna. Óhamingjan er makanum að kenna og gremjan er vinnunni að kenna. Heilsuleysið er læknunum að kenna og hefur að sjálfsögðu ekkert með að gera að manneskjan hreyfir sig aldrei og borðar óhollt. Á sama hátt er peningaleysið ríkinu að kenna og sérstaklega þar sem þeir hækkuðu sígarettur upp úr öllu veldi.

Læknar geta ekki hjálpað þeim sem ekki vilja hjálpa sér sjálfir. Auk þess gengur læknisfræðimenntun út á að gefa kemísk lyf, sem bæla vissulega niður einkennin, en upp poppa önnur hliðareinkenni sem þarf þá líka að bæla niður. Líkaminn er að gefa þér merki um að þú þurfir að breyta einhverju og ef þú kæfir eitt merki niður, finnur líkaminn aðra leið til að gefa þér merki. Þannig getur þetta orðið kemískur vítahringur ef við vinnum ekki líka með meinið. Að fara til læknis og ætlast til að hann lækni mann, er að ganga gegn lögmálinu.

Læknar eru frábær stétt og geta gert kraftaverk þegar við tökum þátt í því. Þeir geta skorið í burtu meinvörp og bólgna botnlanga og skafið af beinum sem þrýsta á taugar. Þeir geta skipt um hnjáliði, mjaðmaliði og allt mögulegt. En okkar er alltaf að taka ábyrgð á okkur sjálfum.

Við þurfum að veita líkamanum athygli og heyra hvað hann er að segja. Veik hné geta verið merki um þrjósku eða ótta. Botnalangabólgan mín var á hvatastöðvarsvæðinu og því merki um að ég ætti að endurvekja eigin langanir. Ekki bara ákveða að hætta að skrifa og að lífið yrði leiðinlegt það sem eftir væri.

Allt undir þér komið

Það er aldrei undir neinum öðrum komið að þú fáir það sem þú þráir. Aðrir geta ekki gert þig hamingjusama, ríka, örugga eða sátta við lífið. Það er ekki undir öðrum komið hvort þú fáir draumatækifærið. Einungis innra ástand þitt getur fært þér allt þetta.

Allt sem þú þráir er innra með þér.
Enginn annar getur veitt þér það sem þú þráir.
Allt sem þér er ætlað mun koma til þín og það sem þér er ekki ætlað mun fara framhjá þér.

Aðrir gera þig ekki gráhærða, heldur viðbrögð þín og væntingar. Aðrir geta ekki fært þér innri frið og þú getur ekki breytt öðrum. Það er ekki við aðra að sakast þótt þeir hagi sér ekki eins og þú myndir vilja. Aðrir takast á við sínar lexíur. Þín lexía er að sleppa.

Eftir því sem okkur miðar hærra á andlegu leiðinni viljum við vera fullkomin. Við höfum kannski loksins fundið innri frið og erum svo hamingjusöm að við höldum að við séum bara komin á áfangastað. Uppljómuð, að klára síðasta lífið okkar. Trúum því að við störfum fyrir Guð í auðmýkt og loksins farin að geta tekið öllu með stóískri ró. Þá hefur lífið einstakt lag á að hrista upp í heiminum og snúa öllu á hvolf. Stöðnun er ekki í boði.

Málshátturinn *Svo lengi lifir sem lærir* á hér vel við, því ef sálin sér að við neitum að læra fleiri lexíur, er ekkert eftir nema síðasta lexían, dauðinn.

Allt gerist fyrir þá sem það átti að gerast fyrir.
Aðeins það sem þarf að gerast, gerist.

Lögmálið segir að við erum alltaf ábyrg fyrir öllu sem gerist. Að vinna með lögmálinu er að hlusta og spyrja af hverju eitthvað gerist. Þegar okkur er illt er líkaminn að gefa okkur merki um ójafnvægi innra með okkur. Þá er okkar að að laga ójafnvægið með því að breyta einhverju, s.s. velja hollara mataræði, auka hreyfingu eða velja jákvæðari innri viðhorf.

Þegar ytri aðstæður eru gremjulegar, er kjörið að líta inn á við og taka ábyrgð á gremjunni í okkur sjálfum. Ef við missum heilsuna, var það kannski eitthvað sem við völdum áður en við fæddumst.

Stephen Hawkings lét ekki stöðva sig þótt líkaminn hrörnaði. Hann hélt áfram að kafa í leyndardómana og uppgötvaði ýmislegt sem aðrir sáu ekki. Við munum eftir honum því hann var svo öðruvísi en aðrir vísindamenn. Ég er ekki viss um að hann hefði náð til fjöldans eins og hann gerði, ef hann hefði bara gengið um eins og allir aðrir. Sálin hans ákvað að leggja mikið af mörkum til mannkynssögunnar og að eftir því yrði tekið.

Það eru tækifæri í öllum aðstæðum og ekkert gerist að óþörfu. Allt gerist af því það átti að gerast. Börn fæðast og börn deyja. Börn verða veik og lenda í slysum. Sálir þeirra ákváðu þetta og sálir foreldranna elskuðu þau svo mikið að þau buðu þeim að fæðast hjá sér.

Einu sinni hitti ég konu sem hafði misst barnið sitt fimm ára. Hún sagði mér að hún tryði því að við þyrftum að endurfæðast þar til við værum orðin full af kærleik. Þá þyrftum við ekki að fæðast oftar. Sonur hennar þurfti bara fimm ár í viðbót af kærleik og hún var þakklát fyrir að hann skyldi hafa valið að fæðast hjá sér. Mér fannst þetta afar fallegt og hjartnæmt.

Ég hef líka hitt konu sem missti fóstur og sál fóstursins vinnur með henni þegar hún heilar. Sálin þurfti að tengjast henni einhvern veginn án þess að skapa sér karma með því að koma alla leið inn í lífið og valdi því þessa leið.

Á sálnasviði elskum við öll hvert annað. Þetta er enginn venjulegur kærleikur, heldur kærleikur sem ekkert getur grandað. Þess vegna samþykkjum við að fæðast saman og særa hvert annað til að gefa tækifæri til að læra af því. Þú getur því verið viss um að sálir fjölskyldu þinnar elska þig afar heitt, sama hvernig aðstæður voru, sem og sálir allra sem sviku þig eða særðu.

Lífið er eins og leikrit. Við ákveðum með hvaða sálum við viljum leika og hvaða hlutverk. Við veljum aðstæðurnar, landið, félagslegar aðstæður, fjárhaginn og tækifærin, allt til að hafa möguleika til að læra. Við sem sálir viljum nefnilega þroskast sem mest í hverju lífi og stundum færumst við í fang meira en við ráðum við. Það er allt í lagi, því það koma önnur líf eftir þetta líf.

Þegar eitthvað gott gerist í lífinu, verðum við afar glöð og segjum að þetta hafi einmitt verið það sem við óskuðum okkur. Af hverju ætti það þá ekki að virka á sama hátt með allt hitt sem gerist?

Það er svo margt sem við erum að hugsa dags daglega. Hver hugsun sendir orku út í loftið og margar eins hugmyndir senda orkuský út í Alheiminn sem skoðar skýið og tekur við skilaboðunum. „Já, einmitt, hún vill hafa mikið að gera." Eða, „nú já, vill hún pásu. Reddum því þá."

Svo sér Alheimurinn milljón nákvæmlega eins orkuský frá fólki sem þráir ekkert meira en að hafa meiri tíma heima með börnunum eða tómstundum og reddar málunum með því að senda Covid faraldur yfir heimsbyggðina. „Ekki málið," segir Alheimurinn, „þakkið mér bara seinna."

Við berum ábyrgð á viðbrögðum okkar, hugsunum, orðum og gjörðum.

Við tökum ábyrgð á sjálfum okkur með því að hugsa hvernig við getum lært af öllum aðstæðum. Ég veit það er erfitt að sjá möguleikana þegar maður er að drepast úr verkjum eða fársjúkur. En það er samt betra að líta á verkina sem skilaboð heldur en að verið sé að pína okkur að ástæðulausu.

Þegar ég slasaðist og þríbrotnaði vissi ég upp á mig sökina. Mér fannst lífið vera búið og hafði óskað þess margoft að fá bara að deyja. Slysið var áminning til mín um að tileinka mér jákvæðara viðhorf til lífsins.

Það tók mig marga mánuði að öðlast lífsvilja á ný. Ég skrifaði nokkur handrit, svo persónuleg að þau munu sennilega aldrei koma út. Ég fór á tólfsporafundi í alls kyns sporasamtökum og smám saman fékk ég sjálfstraustið og vonina aftur. Það skiptir ekki máli hvað þú gerir, bara að þú gerir eitthvað. Hvert einasta atvik, gott eða illt, er af ástæðu og þú veist ástæðuna.

Þú getur valið að vera fórnarlamb og taka ekki ábyrgð á neinu sem gerist. Munurinn á fórnarlambi og æðruleysi er að fórnarlambið gerir ekkert í aðstæðunum og vorkennir sjálfum sér, en sá sem tekur lífinu af æðruleysi, breytir því sem hann getur og biður almættið um að laga það sem hann getur ekki. Sá síðarnefndi treystir því að almættið finni lausn sem allir aðilar eru sáttir við, fórnarlambið ákveður að það þurfi að þjást áfram. Fórnarlambið veit líka að það getur fengið athygli út á þjáninguna og kannski er þetta eina athyglin sem það fær frá öðrum.

Skilningur öðlast aðeins í gegnum reynslu.

Alheimurinn er frábær kennari og gefur okkur alltaf verkefni við hæfi. Okkur hættir til að líta á það sem vandamál, en allt sem hendir okkur í lífinu er hugsað til að hjálpa okkur að skilja lífið, eflast og heila okkur sjálf. Það sem við köllum vandamál, eru tækifæri send sérstaklega til okkar til að æfa ákveðin viðbrögð, eins og að sýna hugrekki í stað ótta, skilning í stað dómhörku, sjálfsást í stað niðurrifs og fyrirgefningu í stað heiftar. Við getum treyst því að það kemur aldrei meira en við getum höndlað.

Við berum bara ábyrgð á sjálfum okkur. Aðrir bera ábyrgð á sér. Ef við öxlum alltaf verkefni annarra, hvernig eiga þeir þá að læra? Þeir þurfa að fá að takast á við verkefnin sín til að eflast og dafna. Sá sem rænir aðra tækifærinu til að þroskast, er í raun þroskaþjófur.

Auðvitað er það meðvirkni að gera verkefni annarra í von um ímyndaða staðfestingu um að við séum einhvers virði. En sú staðfesting kemur aldrei í því formi sem við þráum hana, því hún þarf að koma innan frá.

Ef við erum meðvirk, fáum við til okkar fólk í röðum sem á erfitt með að axla ábyrgð sjálft. Lexían er svo fólgin í því að finna þetta innra samþykki, til að þurfa ekki lengur samþykki frá öðrum, ásamt því að hætta að taka ábyrgð á öðrum svo þeir neyðist til að gera það sjálfir. Hversu langan tíma það tekur, fer bara eftir okkur sjálfum.

Við berum ekki ábyrgð á tilfinningum eða viðbrögðum annarra, bara á okkar eigin. Við getum ekki varið fólk fyrir þeirra eigin tilfinningum. Ef þú ert hrædd um að særa einhvern, segðu þá hvernig þér líður. Passaðu þig að varpa ekki þínum eigin neikvæðu tilfinningum yfir á hinn aðilann. Hinn aðilinn getur ekki vitað hvernig þér líður og þess vegna þarftu að segja honum það, alveg eins og þú veist ekki hvernig honum líður. Ekki nota ásakanir því það er bara ávísun á rifrildi.

Ef annar aðili gerir lítið úr tilfinningum þínum eða upplifunum, er það kallað *gaslighting*. Það er ákaflega skaðleg misnotkun, sem lætur fórnarlambið efast um eigin tilfinningar, minningar og dómgreind. Ef þú ert í þannig sambandi, þarftu að koma þér út úr því.

Ég veit að það getur verið erfitt að tala um tilfinningar sínar, sérstaklega ef maður veit ekki einu sinni hvernig manni líður. Þess vegna getur verið gott að fara út að ganga eða taka sér pásu til að hugsa um hvaða tilfinningar bærast í okkur, áður en við segjum nokkuð. Eða viðra vandamálið við einhvern sem þú treystir.

Með því að koma heiðarlega fram og segja hvernig okkur líður, gefum við öðrum tækifæri til að hlusta og kanna innra með sér hvernig þeim sjálfum líður. Við þroskumst með því að hlusta á tilfinningar og upplifanir annarra, án þess að taka ábyrgð á þeim, heldur einbeita okkur að þeim tilfinningum sem koma upp hjá okkur sjálfum þegar við heyrum þeirra sjónarhorn.

Ábyrgð okkar gagnvart öðrum er einungis að hvetja þá til að nota tækifærin sem þeir fá til að eflast og þroskast og bregðast við eins og er best fyrir þá sjálfa.

Ábyrgðin gagnvart sjálfum okkur er að reyna að vera í jafnvægi, líkamlega, tilfinningalega, orkulega og andlega. Við höfum bara einn efnislíkama í þessu lífi og okkar ábyrgð er að passa upp á hann með því að þjálfa hann, hvíla eftir þörfum og næra með heilnæmum mat.

Við berum ábyrgð á því hvort hugurinn sé stjórnlaus eða agaður.

Stjórnlaus hugur er eins og blómabeð fullt af illgresi svo það er ekkert pláss fyrir falleg blóm.

Í stjórnlausum huga fær lægra sjálfið að leika lausum hala og það bregst við með ótta, skömm, afbrýðisemi, oflæti, vantrausti eða vanmetakennd. Hugsanir æða stjórnlaust um, of hratt til að við heyrum hverja þeirra, en nógu hægt til að Alheimurinn heyri hverja einustu þeirra.

Þegar hugurinn er agaður getum við fyllt hann af jákvæðum staðhæfingum og uppbyggjandi setningum.

Í öguðum huga eru hugsanirnar meðvitaðar og þess vegna getum við stjórnað að hver einasta hugsun færi okkur nær þeim stað sem við viljum vera á.

Tilfinningarnar eru líka á okkar ábyrgð. Við getum ekki stjórnað hvenær þær koma, en við getum stjórnað hvort við geymum þær eða ekki. Tilfinningar á lágri tíðni hafa þunga orku sem ekki aðeins teppa orkuflæðið, heldur halda okkur líka niðri í tíðni. Tilfinningar á hárri tíðni, lyfta okkur upp og örva orkuflæði líkamans.

Allar tilfinningar eru réttmætar og eðlilegar við sumar aðstæður, en við þurfum ekki að geyma þær fram í andlátið. Við megum viðurkenna þær og leyfa þeim svo að svífa sína leið. Við sleppum og fyrirgefum.

Eins og með hugann getum við líka valið að fylla okkur af jákvæðum tilfinningum. Þakklæti er til dæmis þannig tilfinning. Með því að þakka fyrir allt sem þér dettur í hug, ertu að umvefja þig þakklætisorku og tíðni. Gleði er líka eitthvað sem við getum sótt með því að gera eitthvað skemmtilegt með vinum og vandamönnum. Leyfa okkur að vera glöð.

Gleði og þakklæti eru tól til að hækka okkur í tíðni.

Ég þekki það sjálf að þegar ég er full af áhyggjum er voðalega erfitt að finna til gleði. Þegar ég var full af ótta, var allt svo erfitt. Ég sé það á myndum frá þessu tímabili, að ég var alltaf með áhyggjublik í augunum og brosið var uppstillt. En nú þegar ég er búin að sleppa óttanum, er blik í augunum og brosið er ekta.

Hugleiðsla er enn önnur leið til að fylla okkur af jákvæðri orku. Það er til margs konar hugleiðsla, þögul, leidd með orðum eða heilunarhugleiðsla þar sem þú sérð fyrir þér kærleiksorkuna heila líkama þinn.

Það er líka hægt að fara ein út að ganga eða í fjallgöngu. Mér finnst frábært að fara í fjallgöngu ef ég þarf að losna við eitthvað erfitt. Á leiðinni upp hugsa ég um vandamálið og hvað ég sé reið eða sár og leyfi öllu að koma upp á yfirborðið. Uppi á toppnum er yfirleitt hífandi rok og þá læt ég rokið feykja í burtu öllum tilfinningunum, gremju, sárindum, eftirsjá, hverju því sem kom upp. Á leiðinni niður finn ég hvernig gleðin og léttleikinn tekur yfir, vandamálið er leyst og ég get hugsað um eitthvað skemmtilegra.

Sem leiðir okkur beint að næsta lögmáli, *Athyglislögmálinu*.

17.

Athyglislögmálið

Hugurinn er eins og stækkunargler, magnar upp það sem þú beinir honum að. Ef þú sérð bara fituna á líkama þínum þegar þú horfir í spegil, muntu halda áfram að fitna. Ef þú sérð fallegan líkama, verður hann enn fallegri.

Allt sem þú veitir athygli, vex og dafnar.

Það gefur auga leið að ef við sinnum vel einhverju sem við höfum mikinn áhuga á, verðum við betri í því. Ef konu dreymir um að verða fatahönnuður og allur hennar frítími fer í að spá í föt og sauma og hanna sínar eigin flíkur, má segja að hún sé nú þegar orðin fatahönnuður. Kannski vilja vinkonur kaupa af henni og smám saman vex eftirspurnin og hún endar á að stofna fyrirtæki.

Ef mig dreymir um að verða frægur rithöfundur, en sit svo bara alla daga og legg kapal, mun ekkert gerast. Ég þarf að skrifa, gefa út og dreifa bókunum, til að eitthvað gerist. Hafa fókusinn á bókunum.

Tökum sem dæmi tvo stráka sem langar að verða atvinnumenn í fótbolta. Annar er náttúrutalent, kemst fyrirhafnarlaust í toppliðið og spilar eins og engill. En þegar hann er ekki á æfingu, vill hann frekar spila tölvuleiki en að æfa sig einn. Hinn er ekki jafn góður, en hann ver öllum sínum frítíma í að æfa sig og eftir nokkur ár hefur hann tekið fram úr þeim fyrri. Sá fyrri hættir í fótbolta þegar hann nennir því ekki lengur, en sá seinni kemst alla leið í atvinnumennsku. Þetta er sönn saga.

En þetta virkar alveg jafn vel í hina áttina.

Ef þú ert hrædd um að eitthvað gerist og hugsar oft hvernig það yrði ef það gerðist, þá ertu að kalla það til þín.

Ég sagði frá því áður þegar brotist var inn hjá okkur eina nóttina. Á þeim tíma bjuggum á fyrstu hæð í blokk. Það var mjög auðvelt að klifra upp á svalirnar okkar og ég gerði það oft þegar ég nennti ekki að labba hringinn og inn um aðaldyrnar. En þar sem ég klifraði svona upp, var mér oft hugsað til þess hversu auðvelt það væri að brjótast inn til okkar.

Eitthvað hvíslaði að mér þegar ég ætlaði að taka saman kubbana að ég ætti að vera löt það kvöldið, svo ég, sem er venjulega afskaplega samviskusöm, sleppti því. Sem betur fer, því hávaðinn í kubbunum vakti minn fyrrverandi þegar þeir komu inn.

Það eina sem þeir virtust í fljótu bragði hafa tekið voru tölvan og nýi flatskjárinn. En tölvan geymdi fullt af leikritum og sögum sem ég hafði verið að skrifa, svo það var frekar slæmt. Lögreglan mætti fljótlega og leitaði um svæðið í kring. Kannski klukkutíma síðar fundu þeir tölvuna og skjáinn þar sem þjófarnir höfðu falið það, ásamt bleyjutösku litla stráksins míns sem þeir höfðu þá gripið í óðagoti þegar komst upp um þá.

En þetta er svo rakið dæmi um eitthvað sem ég kallaði til mín með því að hugsa það í hvert sinn sem ég klifraði sjálf upp á svalir. Eftir þetta passa ég mig á að leiðrétta alltaf ef eitthvað slæmt kemur upp í huga mér. Eins og ef ég er hrædd um að misstíga mig þar sem ég klöngrast yfir grjóturð, bið ég um að komast yfir heilu höldnu. Eða þegar ég er að keyra í erfiðum aðstæðum, ýti ég frá mér hugsunum um slys og bið um vernd.

Ef hugur þinn er fullur af áhyggjum, ertu auka líkurnar á að eitthvað fari úrskeiðis. Ef þú hins vegar heldur huganum rólegum og sannfærðum um að allt fari vel, aukast líkurnar mjög á að allt gangi eins og í sögu.

Leiðréttu óttaslegna slysamynd sem kemur upp í hugann og settu mynd í staðinn þar sem þú ert örugg.

Á tímum heimsfaraldurs er best að hugsa sem minnst um hann og ákveða að ef þú fáir veikina munirðu ekki einu sinni finna fyrir því. Kona nokkur sem ég þekkti vel, var logandi hrædd við veiruna. Hún hafði miklar áhyggjur af þessu, passaði sig að vera alltaf með grímu og spritta hendurnar. Samt fékk hún veiruna og endaði á því að lúta í lægra haldi fyrir henni. Sálin var búin að ákveða að fara og kannski grunaði konuna það ómeðvitað og varð þess vegna enn óttaslegnari.

Einu sinni las ég viðtal við konu sem geymdi alltaf farsímann í brjóstvasanum í vinnunni og af því hún var meðvituð um skaðsemi símageisla, hugsaði hún að hún ætti örugglega eftir að fá brjóstakrabbamein þar sem síminn hvíldi við brjóstið. Viti menn, einhverju síðar greindist hún með krabbamein, nákvæmlega sömu megin og síminn var alltaf. Meinið var góðkynja, svo það læknaðist, en þetta er svo skýrt dæmi um hvernig ímyndunin skapar framtíðina.

Ég tók þetta beint til mín og lengi á eftir, ef ég setti símann í vasa nálægt líkamanum, sagði ég meðvitað að ég væri örugg og vernduð fyrir geislum.

Fólk sem glímir við erfið veikindi og bloggar um slæmt ástand sitt er í raun að viðhalda veikindunum. Ég veit ekki um neina manneskju sem bloggaði um baráttu sína við krabbamein og lifði það af. Enda eigum við ekki að berjast við krabbamein. Krabbamein er hluti af okkur sjálfum.

Ég þekki nokkrar konur sem hafa læknast af illkynja 3. stigs krabbameini og allar tóku þær sams konar afstöðu gagnvart meininu.

Í fyrsta lagi var krabbameinið verkefni til að takast á við, en ekki eitthvað til að berjast gegn.

Í öðru lagi unnu þær mikið í sjálfri sér með heilun og alls kyns óhefðbundnum meðferðum og notuðu náttúrulyf meðfram hefðbundnum meðferðum.

Í þriðja lagi, og ekki síst, notuðu þær ímyndunaraflið til að heila sig, en í stað þess að hugsa sér geislana drepa „vondu" frumurnar, hugsuðu þær krabbameinsfrumurnar sem hluta af sér og sáu þær breytast í góðar frumur eða svífa út úr líkamanum upp í kærleikann.

Krabbamein er ekki vondur aðskotahlutur, heldur líkami okkar að bregðast við einhverju. Með því að berjast gegn krabbameininu, erum við að berjast gegn okkur sjálfum og það er fyrirfram töpuð barátta. Við gætum miklu frekar ímyndað okkur krabbameinsfrumurnar eins og óþekka krakka í bekknum okkar. Það sem ólátabelgina vantar, alveg eins og krabbameinsfrumurnar, er ást og jákvæð athygli.

Ef fyrirferðamiklir krakkar fá bara skammir, versnar hegðun þeirra og endar á að eyðileggja meira fyrir hinum. Með því að tala við þá einslega, finna út hvað er að plaga þá og veita þeim það sem þeir þurfa, eru miklu meiri líkur á að þeir dafni vel. Enda minnast nemendur alltaf með hlýhug kennara sem kom fram þá af kærleika og virðingu.

Krabbameinsfrumur eru hluti af okkur, vissulega ólátabelgir, en þurfa mikla ást. Með því að senda þeim heilunargeisla og sjá þær í fallegu ljósi, breytist viðhorf okkar til þeirra. Þær eru komnar til að kenna okkur eitthvað mjög mikilvægt og okkar er að meðtaka lærdóminn.

Eftir því sem við vinnum í okkur sjálfum getum við þakkað þeim fyrir heimsóknina, séð fyrir okkur hvernig þær útskrifast úr líkamanum okkar og svífa upp í ljósið. Við getum klætt þær í útskriftarskikkjur og með ferkantaða hatta eins og í útlenskum háskólum, allt eins og okkur finnst best. Svo sjáum við fyrir okkur hvernig heilbrigðar frumur vaxa og dafna og fylla skörð þeirra sem útskrifast.

Krabbamein er leið orkulíkamans til að hreinsa orkustíflur úr mörgum lífum. Ein vinkona mín sagði einu sinni að það hlyti að vera eitthvað í vatninu hér á Íslandi, því hér fengju svo hlutfallslega margar konur krabbamein. Ég taldi ástæðuna frekar vera að hér fæddust hlutfallslega fleiri gamlar sálir, því þær vilja hreinsa orkulíkamann og þá eru fáar leiðir jafn skilvirkar og krabbamein.

Veittu því athygli sem þú vilt að gerist í lífinu.

Myndir sem við sjáum í huganum senda orku til að það verði að veruleika. Því oftar sem við sjáum myndina fyrir okkur, því meiri orku sendum við í að skapa það.

Ef þú vilt skapa gleði og ánægju, vera ánægð með sjálfa þig og kynnast skilyrðislausri ást, beindu þá athygli þinni að þessum tilfinningum. Ef þú dvelur hins vegar í ótta og áhyggjum, mun veruleiki þinn endurspegla það.

Segjum til dæmis að kona eigi háhælaða skó sem eru valtir og í hvert sinn sem hún misstígur sig, hugsar hún með sjálfri sér „ég á örugglega eftir að fótbrjóta mig í þessum skóm." Þá er mjög líklegt að það muni gerast. Hún er að senda orku til að skapa þær aðstæður.

Athyglislögmálið snýst um að veita því athygli sem þú vilt byggja upp og efla. Alveg eins og konan trúði því að hún ætti eftir að fótbrjóta sig í skónum, eða konan sem trúði að geislarnir frá farsímanum myndu gefa henni brjóstakrabbamein, getum við trúað því að okkur muni takast að uppfylla ákveðinn draum.

Í hvert sinn sem við sjáum drauminn uppfylltan í huganum færumst við nær honum. Við fáum þá til okkar hugmyndir um hvernig við getum látið drauminn rætast og þá er lag að fara eftir því. Ímyndunaraflið ber okkur hálfa leið. Við þurfum sjálf að fara restina.

Athyglislögmálið og Aðgerðalögmálið eru þannig stór hluti af *Lögmálinu um aðdráttaraflið*, eða vinna náið með því, eftir því hvernig við kjósum að túlka það.

Þegar draumurinn svo rætist, verður það kannski ekki alveg nákvæmlega eins og við sáum fyrir okkur, en með því að vera víðsýn og opna hugann fyrir nýjum möguleikum, er auðveldara að sjá hvernig draumurinn hefur ræst.

Sem leiðir okkur beint að næsta lögmáli, *Lögmálinu um fastheldni.*

18.

Lögmál fastheldni

Fastheldni er hér í merkingunni að halda fast í eitthvað af ótta við einhvers konar skort. En það sem við höldum of fast í, finnur leiðir til að sleppa. Eða hindrar það, sem við virkilega þráum, í að komast til okkar.

Til dæmis gætum við hangið í lélegu sambandi af ótta við að vera einmana eða geta ekki staðið á eigin fótum. Einn daginn fer makinn fram á skilnað og segist hafa kynnst annarri.

Eða hanga áfram í leiðinlegu vinnunni, af því að þú ert viss um að fá ekkert betra. Svo einn daginn ertu rekin og þú verður sármóðguð. Þú upplifir þig sem meiriháttar fórnarlamb, þótt yfirmaðurinn hefði fyrir löngu áttað sig á að þú værir ekkert spennt fyrir starfinu og vildir gjarnan losna.

Eða fylla skápana af gömlum fötum sem passa þér ekki, bara af því einhvern tímann ætlarðu að grennast og passa aftur í þau.

Eða fylla geymsluna af gömlu dóti sem þú notar aldrei, í stað þess að fara með það í nytjagám. Kannski mun brotni spegillinn koma sér vel þegar þú eignast sumarhúsið einhvern tímann. Mörgum árum síðar eignastu sumarhúsið og þá viltu miklu frekar fá þér nýjan spegil sem passar betur við nýju húsgögnin. Svo við gleymum ekki gamla landslagmálverkinu frá æskuheimili foreldra þinna, sem bíður einmana í geymslunni, brúnt af áratuga sígarettureyk og mengun og enginn man lengur eftir málaranum.

Heimili þitt gæti verið svo fullt af hlutum og húsgögnum að það er varla pláss fyrir sjálfa þig. Samkvæmt Feng Shui fræðunum er betra að hafa færri hluti heima til að orkan hafi rými til að flæða. Heimili sem eru yfirfull af húsgögnum benda til að þar búi manneskja sem á erfitt með að sleppa.

Ef þú heldur fast í það gamla, er ekki pláss fyrir það nýja sem bíður eftir að komast inn í líf þitt. Það er ekki skrítið að þú hafir aldrei neitt til að vera í, ef fataskápurinn er fullur af fötum sem þú passar ekki í. Þú verður að losna við það sem þú notar aldrei, til að búa til rými fyrir ný föt, ekki satt?

Það sama gildir um allt annað í lífi okkar. Þú kynnist ekki draumaprinsinum eða prinsessunni, ef þú hangir í sambandi sem dregur þig niður. Þótt þú myndir kynnast einhverjum sem þú heldur að sé betri, mun hann reynast alveg eins og fyrri maki þegar fram líða stundir, vegna þess að þú dregur aðeins að þér maka á þeirri tíðni sem þú ert. Þú hækkar ekki í tíðni nema koma þér úr sambandi sem heldur þér niðri og vinna síðan markvisst í þér til að hækka í tíðni.

Svo gæti líka verið að þú héldir í gömul viðhorf eða tilfinningar sem eitra samband þitt við makann. Samkvæmt lögmálinu um yfirvarp, á allt sem þú ert ósátt með hjá öðru fólki orsakir hjá sjálfri þér. Þannig að ef þér finnst makinn nöldra og kvarta, hvað er hann að spegla hjá sjálfri þér?

Einu sinni var maður sem fannst hann vera í ömurlegu hjónabandi. Þau voru sífellt að finna að hjá hvort öðru og sögðu aldrei neitt fallegt hvort við annað. Bæði dauðlangaði að skilja en hvorugt tók fyrsta skrefið af ótta við að særa hitt, svo eftir áratugi voru þau ennþá í þessu óheilbrigða meðvirknisambandi og tóku gremjuna út á hvort öðru.

Það var svo loksins að maðurinn fór á heilunarnámskeið þar sem unnið var sérstaklega með að sleppa tengingum við annað fólk. Hann einsetti sér að klippa á tengingarnar þeirra á milli svo þau gætu loksins skilið að skiptum.

Eftir námskeiðið fór hins vegar allt á annan veg en hann bjóst við. Þegar hann hafði skorið á meðvirknitengingarnar, gjörbreyttust samskiptin þeirra á milli. Þar sem hann hætti að hafa óraunhæfar væntingar til konunnar, hætti hann að gagnrýna hana og sama með hana á móti. Smám saman rifjaðist upp fyrir honum af hverju hann hafði orðið hrifinn af henni í upphafi og ástin blómstraði að nýju.

Meðvirkni er ekki ást. Meðvirkni er að ímynda sér þarfir og viðbrögð annarra og hegða sér samkvæmt því. Ást er að elska skilyrðislaust, án væntinga og án ímyndaðrar vissu um viðbrögð annarra.

Meðvirkni er að þarfnast einhvers, eins og barn þarfnast foreldra sinna. Að vera fullorðinn felst í því að vera ekki háður öðrum. Fullorðið fólk *velur* að vera með öðru fólki af því þeim líður vel með þeim.

Allir hafa eitthvað að gefa og samband á meira að snúast um hvað báðir aðilar geta lagt til sambandsins, ekki hvað þeir geta fengið frá hinum. Væntingar leiða oftast til vonbrigða og gremju og því er betra að vera laus við væntingar.

Að hafa engar væntingar þýðir ekki að þú látir valta yfir þig. Ef einhver reynir að valta yfir þig, getur þú einfaldlega valið að hætta að umgangast viðkomandi. Þú getur samt alveg elskað hann áfram, en þitt verkefni er að passa upp á sjálfa þig og að enginn komi illa fram við þig. Þú berð ábyrgð á sjálfri þér og bara þér, eins og áður sagði.

Lögmálið um fastheldni getur líka átt við þegar foreldrar halda of fast í börnin sín. Foreldrar halda að þau gjörþekki syni sína og dætur, en eftir því sem fólk fullorðnast og þroskast breytist það. Ef foreldrar koma alltaf fram við afkvæmi sín eins og þegar þau voru börn, geta börnin ekki fullorðnast eðlilega og sambandið verður meðvirknisamband. Uppkomin börn gætu þurft að aftengja sig foreldrunum og jafnvel slíta á öll tengsl, ef foreldrarnir halda of fast. Það sem við höldum of fast í, finnur leiðir til að losna.

Ef þú heldur í reiði í garð annarra og vonbrigði eða skömm og neitar að fyrirgefa öðrum eða sjálfum þér, er ekki pláss fyrir nýja orku gleði og hamingju. Þótt þú haldir í skömmina í þeirri von að þú munir aldrei gera þetta hræðilega aftur, ertu einungis að auka líkurnar á að þú gerir það aftur. Það sem við hræðumst erum við að draga til okkar með því að hugsa um það. Um leið og þú sleppir þessum gömlu tilfinningum, ertu að skapa rými fyrir eitthvað betra.

Ef þú ert föst í þeirri ranghugmynd að þú þurfir að vera í sambandi til að vera hamingjusöm, ertu orðin háð öðru fólki. Annað fólk stjórnar ekki hvernig þér líður, þess vegna getur enginn gert þig hamingjusama.

Að vera háður öðru fólki er ást með skilyrðum og væntingum.

Ástarfíkn er þegar lífið snýst um að vera í stanslausum ástarbríma, eða með öðrum orðum dópamínrússi sem fylgir því að vera ástfangin. Það er svo uppörvandi að finna að einhver þráir mann, sérstaklega þegar sjálfstraustið er lágt.

En ástarbríminn endist ekki og því fer manneskja með ástarfíkn úr einu sambandi í annað. Um leið og nýjabrumið er farið af koma gallarnir í ljós og ekkert gaman lengur. Þá þarf að finna annan elskhuga til að fá nýjan dópamínskammt og það gerist jafnvel áður en fyrra sambandi lýkur.

Ástarfíkillinn getur dvalið tímunum saman í draumórum til að flýja raunveruleikann og reyna að uppfylla hina óseðjandi þrá eftir ást og samþykki. Rómantísk lög þar sem sungið er um að *geta ekki lifað án* ákveðinnar manneskju, eða einhver *fullkomnar* okkur, annar en æðri máttur, eru eins og olía á eldinn. Á meðan manneskjan heldur fast í þetta mynstur, kemst hún lítið áfram í þroska.

Hamingjan er aðeins í núinu. Hamingja í fortíðinni er í raun nostalgía og hamingja í framtíðinni er draumur. Hamingja, samþykki og ást koma aðeins innan frá og þær er ekki hægt að finna með því að flýja raunveruleikann.

Lögmálið þýðir að ef þú ert háð einhverju og sífellt hrædd um að missa það, ertu að auka líkurnar á að þú missir það.

Alheimurinn sér til þess að við fáum allt sem við þurfum. Ef við leggjum eitthvað af mörkum, fáum við það endurgoldið í einhverju formi. Ef einhverju er stolið frá okkur, fáum við það aftur í einhverju formi, ef við sleppum. Allt er flæði og við stoppum flæðið með því að halda að við getum ekki lifað án einhvers.

Mér hættir til að halda fast í fötin mín og sumar flíkur á ég í áratugi. Þetta eru vandaðar flíkur og margar þeirra fékk ég eftir ömmu mína eða frænkur.

Það er umhverfisvænna að kaupa betri föt sem endast lengur og jafnframt þarf ég ekki að hafa áhyggjur af því að einhver klæðist eins. En ef ég týni flík, þarf ég virkilega að taka á honum stóra mínum til að sleppa.

Einu sinni átti ég uppáhaldspeysu, hvíta og hálfsíða, sem hentaði svo einstaklega vel á svölum morgnum og kvöldum í Tyrklandi þegar ég dvaldi þar. Eina nóttina gisti ég á hóteli og fór í peysunni í morgunmatinn en þegar hlýnaði fór ég úr henni og setti hana inn í herbergi á rúmið.

Þegar ég leit yfir herbergið í síðasta sinn áður en ég tékkaði mig út, blandaðist peysan algjörlega við rúmfötin svo ég sá hana ekki. Það var ekki fyrr en um kvöldið og tugum kílómetrum norðar að ég fann hana hvergi. Ég var alveg miður mín, en þvingaði hugann til að hugsa að ég gæti alltaf keypt mér aðra. Einhver önnur kona gæti nú notið góðs af peysunni.

Fyrir nokkru fékk ég mér kort í líkamsrækt og keypti lás til að læsa skápnum í búningsklefanum. Sumir sleppa því að taka með sér fjármuni í ræktina, taka símann með sér inn í sal og skilja skápinn eftir ólæstan. Þeir sem eru hræddir um að einhverju verði stolið frá þeim, fjárfesta í lásum, eins og ég.

Einn daginn, þar sem ég skipti úr jógafötunum í sundföt, hvarf lásinn minn þar sem hann lá á bekknum. Kannski tók hann einhver í misgripum, kannski viljandi. Ég fór samt út að synda og bað englana ítrekað að passa dótið mitt í ólæstum skápnum.

Þar sem ég synti fram og til baka í lauginni var ég óróleg yfir því að vera með kortin og allt í ólæstum skápnum og reyndi eins og ég gat að sleppa áhyggjunum, því ég vissi að þær myndu bara auka líkurnar á að einhverju væri stolið.

Þá fékk ég þau skilaboð í kollinn að þetta væri hluti af lexíunni sem ég var að fara í gegnum í rótarstöðinni: Að trúa því að ég sé örugg og það sé passað upp á mig. Þá gat ég slakað á og þuldi í huganum, þar sem ég synti fram og til baka, að ég treysti því að Alheimurinn passaði upp á mig og allt mitt.

Svo komu þau skilaboð að við þurfum ekki að hanga á hlutunum af ótta við skort. Ef ég týni einum lás, finn ég annan í staðinn. Þá hurfu áhyggjurnar enn meira og ég sá þetta sem tækifæri til að sjá hvernig Alheimurinn getur gert kraftaverk. Viti menn, tveimur dögum síðar fann ég annan lás heima hjá mér sem ég týndi fyrir langa löngu.

Þú færð ekki meiri pening nema losa um eitthvað af því sem þú situr á eins og ormur á gulli. Það þarf pening til að búa til meiri pening. Ef ég ætla að lifa af bókaskrifum, þarf ég að sjá til þess að bækurnar séu til í verslunum. Þegar ég var föst í þeirri hugsun að ég gæti ekki lifað af skriftum, sparaði ég að panta bækur svo þær voru oft ófáanlegar.

En um leið og ég breytti hugsuninni í að Alheimurinn hjálpi mér til að lifa af skriftum, fór allt af stað. Ég fékk aukinn framkvæmdakraft og hugrekki til að panta fleiri bækur og hringja í verslanir til að sjá hvort bækurnar væru til. Ég fékk líka fleiri hugmyndir og drif til að skrifa.

Hugsaðu hvort það sé eitthvað sem þú telur þig ekki geta lifað án. Við förum allslaus í gröfina, svo í raun er ekkert sem við þurfum að hanga á. Þú þarft ekki að halda í húsið sem er orðið allt of stórt fyrir þig og erfitt í viðhaldi. Þú munt finna íbúð sem hentar þér alveg jafn vel, ef þú trúir því.

Þú þarft ekki að halda í gremju eða vonbrigði, af ótta við að hinum aðilanum líði betur en þér. Eða hann valti yfir þig. Breyttu því sem þú getur breytt og sættu þig við það sem þú getur ekki breytt. Við breytum því sem við getum breytt til dæmis með því að fyrirgefa.

Sem leiðir okkur að næsta lögmáli, *Fyrirgefningarlögmálinu.*

19.

Fyrirgefningarlögmálið

Fyrirgefning er tækifæri til að læra af sárri reynslu. Ef þú lendir í sömu sáru reynslunni aftur og aftur, ertu ekki að læra það sem þú áttir að læra. Fyrirgefning er prófið sem þú stenst til að sýna að þú hafir lært lexíuna.

Að fyrirgefa sjálfum sér breytir mistökum í dýrmæta reynslu og sektarkennd í þakklæti fyrir það sem við lærðum. Reynslan hefur gert okkur að víðsýnni, umburðarlyndari og betri manneskjum.

Að fyrirgefa öðrum er tækifæri til að stöðva karmað ykkar á milli, svo þú þurfir ekki að hitta manneskjuna aftur og jafnvel lenda aftur í því sama. Með fyrirgefningunni sleppum við öðrum og skerum á tengslin. Ef þeir læra af mistökunum og fyrirgefa sjálfum sér og jafnvel þér fyrir að hafa gefið þeim tækifæri til að jafna karmað, er karmað búið. Ef þeir læra ekki, er alltaf einhver annar sem vill upplifa að vera brotið á. Þú ert alla vega laus.

Því auðveldara sem þú átt með að fyrirgefa sjálfri þér, því auðveldara áttu með að fyrirgefa öðrum. Ef þú getur ekki fyrirgefið sjálfri þér, muntu eiga í basli með að fyrirgefa öðrum.

Aðeins með því að fyrirgefa okkur sjálfum og öðrum, heilum við okkur sjálf, þroskumst sem manneskjur og þróumst sem sálir. Við höfum frjálst val og þess vegna getum við farið í gegnum mörg líf án þess að fyrirgefa. Þegar við viljum þróast sem sálir veljum við okkur líf þar sem við höfum tækifæri til að fyrirgefa, sem þýðir að það verður brotið á okkur.

Eftir því sem við áttum okkur á lögmálunum, eykst skilningur okkar á leikreglum jarðlífsins. Bæld reiði, gremja, sektarkennd, ótti og skömm, kalla bara á atburði sem hafa fleiri slíkar tilfinningar í för með sér. Með því að fyrirgefa okkur sjálfum og öðrum, lyftum við okkur upp í tíðni svo betri hlutir geti farið að koma til okkar.

Fyrirgefa sjálfum sér

Við gerum öll eins vel og við getum. Við tökum ákvarðanir miðað við þær upplýsingar sem við höfum hverju sinni og þá reynslu sem við höfum að baki. Það er auðvelt að vera vitur eftir á, hugsa að við hefðum átt að gera öðruvísi og berja okkur endalaust fyrir mistök.

> Það eru engin mistök í lífinu, bara mismunandi reynsla.

Kannski sjáum við eftir á að betra hefði verið að breyta öðruvísi, að við vildum hafa vitað þá það sem við vitum nú.

Ég var í mörg ár að bögglast með hversu ómöguleg móðir ég hafði verið. Þegar strákarnir mínir voru litlir var ég ekki búin að losna við óttann og í minningunni var ég sífellt á barmi taugaáfalls. Mér fannst mjög erfitt að samhæfa fjölskyldulíf, með barn með geðraskanir og að standa mig vel í vinnu. Ég var alltaf stressuð og þegar minnsta mál fór úrskeiðis fór ég yfir um af taugatrekkingi.

Eins og margir foreldrar, var ég hrædd um framtíð sona minna, lagði hart að þeim að standa sig vel í skóla svo þeir gætu fengið almennilega vinnu og þyrftu ekki að berjast í bökkum ef þeir eignuðust fjölskyldu. En hvorugur hafði mikinn áhuga á náminu og báðir lentu í félagslegum vandræðum.

Eftir að ég fjarlægði óttann og fór að treysta almættinu fyrir lífinu varð allt miklu auðveldara. Þá gat ég umgengist strákana mína af skilyrðislausri ást og samþykkt þá eins og þeir voru. En ég óskaði þess að ég hefði vitað þá það sem ég vissi nú. Það eina sem ég gat huggað mig við var að þeir, sem sálir, hefðu valið mig sem móður, vitandi að ég yrði sennilega sífellt á barmi taugaáfalls. Ég þurfti að ákveða að hætta að hugsa um hvað ég hefði getað gert betur og fyrirgefa sjálfri mér.

Um daginn rakst ég á gamlar myndir af strákunum mínum litlum. Á langflestum þeirra voru þeir skælbrosandi og kallaði þetta fram andartökin þar sem við vorum að taka þessar myndir, stundum alveg að springa úr hlátri. Með því að sjá myndirnar komst ég að því að oft var gaman hjá okkur, þótt í minningunni hafi ég alltaf verið taugatrekkt og allt svo erfitt.

Það var ýmislegt í fortíðinni sem ég hefði kannski átt að sleppa, svona eftir á að hyggja, en ég lít svo á að þetta sé allt reynsla sem dýpki mig sem rithöfund og heilara. Ég gæti ekki skrifað af sannfæringu um eitthvað sem ég hef aldrei reynt sjálf. Svo ég fyrirgef mér fyrir allt þetta villta sem ég gerði þegar ég var ung, sem og hvernig þörfin fyrir ást leiddi mig í alls konar áttir. Auk þess sem þetta villta og nýjungagjarna er hluti af mér og ég mundi alls ekki vilja vera án þess.

Fyrirgefa öðrum

Á sama hátt er mikilvægt að fyrirgefa öðrum. Þeir gerðu líka eins vel og þeir gátu, miðað við reynslu þeirra og þær upplýsingar sem þeir höfðu á þeim tíma eða því sem þeir trúðu. Sumir eru tregir við að fyrirgefa öðrum af ótta við að lífið verði þá auðveldara fyrir þá sem brutu á þeim. En við þurfum ekki að hafa áhyggjur af því. Allir fá makleg málagjöld, ef ekki í þessu lífi, þá í þeim næstu þegar þeir eru tilbúnir að læra lexíuna.

Það mikilvægasta við að fyrirgefa öðrum er að við losnum við orkuna sem fylgir gremju, reiði, vonbrigðum og særindum. Á meðan við höldum fast í þá orku er ekki pláss fyrir nýja orku gleði, hamingju, innri friðar og sáttar. Það erum *við* sem fáum miklu betra líf með því að sleppa og fyrirgefa.

Að fyrirgefa öðrum hreinsar líka karmað ykkar á milli, eins og áður segir. Ef þig langar ekki að hitta manneskjuna aftur, hlýtur það að vera næg ástæða til að fyrirgefa henni, klippa á tengingar ykkar á milli og senda henni kærleika og góðar óskir.

Þegar við geymum gremju, vonbrigði og særindi, löðum við að okkur meira af þannig reynslu.

Ytri heimurinn endurspeglar algjörlega orkuna innra með okkur. Það er auðveldara að finna hamingju þegar við hreinsum út jafnóðum tilfinningar sem draga okkur niður og gera okkur dómhörð, neikvæð og harðneskjuleg. Það gerum við með því að fyrirgefa sjálfum okkur og öðrum. Við finnum að eftir því sem við fyrirgefum meira verður auðveldara að brosa, auðveldara að vera jákvæður og við fáum von um að kannski verði lífið betra á morgun en það var í gær.

Þá getum við snúið okkur að því jákvæða sem við höfum nú þegar. Sem leiðir okkur að *Lögmálinu um þakklæti.*

20.

Þakklætislögmálið

Þakklæti hefur mjög háa tíðni, næstum uppi við Guð, enda líður okkur vel þegar við erum full þakklætis. Við fyllumst bjartsýni og kærleiks í garð lífsins og þar sem allt er kærleikur, hættum við um stund að hugsa okkur aðskilin frá öðru. Við erum í takt við fyrsta lögmálið, *Lögmálið um guðlega einingu*.

Því meira sem við þökkum fyrir, því lengur tekst okkur að halda okkur uppi í tíðni. Því lengur sem okkur tekst að halda tíðninni uppi, því meiri líkur eru á að við drögum að okkur eftirsóknarverða hluti.

Byrjaðu og endaðu hvern dag á að þakka fyrir það sem þú ert ánægð með.

Alheimurinn skynjar þakklætið og gefur okkur meira af því sem við erum þakklát fyrir. Alveg eins og foreldrar eru líklegri til að gefa þakklátum börnum sínum meira en ef þau væru vanþakklát. Rétt eins og börn eru líklegri til að gera aftur það sem við hrósum þeim fyrir. Fólk almennt er miklu gjarnara að gera eitthvað ef það fær þakklæti fyrir. Af hverju ætti það þá að vera eitthvað öðruvísi með Alheiminn?

Ef þig langar í eitthvað, þakkaðu þá fyrir eins og þú værir búin að fá það. Á ferðalaginu hitti ég mann sem var hávaxinn, flottur, skemmtilegur og fínn, reyndar ennþá giftur, en skilinn að borði og sæng og skilnaðarferlið tók óratíma af því þau gátu ekki komið sér saman um skiptingu eigna. Ég átti stutt eftir í þessu landi og var búin að plana fimm mánuði í öðru landi, auk eins mánuðs á Íslandi, svo við ætluðum að vera í fjarsambandi á meðan. Allan tímann var ég þakklát Alheiminum fyrir að hafa sent mér frábæran mann.

Eftir þrjá mánuði voru komnar vöflur á manninn. Hann sagði að konan sín vissi af okkur og að hún myndi nota það gegn honum og taka allar eignirnar til sín. Hann var lafhræddur og vildi hætta sambandinu. Ég nennti ómögulega að vera með svona hræddum manni, sem auk þess stóð alltaf í einhverju dómsmálastappi, svo það var í fínu lagi mín vegna að hætta.

Á sama tíma var ég að kynnast öðrum manni í nýja landinu, líka hávaxinn og ennþá flottari og þegar slitnaði upp úr hinu sambandinu, beið hinn tilbúinn á hliðarlínunni.

Af því ég var svo dugleg að þakka Alheiminum fyrir að senda mér frábæran mann, þá vildi Alheimurinn halda því áfram og sendi mér annan þegar hinn bakkaði. Þótt það sé ekki endilega mælt með því að fara úr einu sambandi beint í annað, er þetta ágætis dæmi um hvernig Alheimurinn starfar.

Þegar það er rólegt í búðinni þar sem ég er að vinna, þakka ég í huganum fyrir alla sem koma inn í búðina. Svo þakka ég fyrir hverja einustu sölu. Þannig fylli ég verslunina af þakklætisorku þar sem fólki líður vel. Sumir koma inn bara til að ná sér í góða orku og þeir eru hjartanlega velkomnir líka.

Þegar ég er í útlöndum fer ég alltaf inn í andlegar búðir, bara til að anda aðeins og því skil ég fólkið vel. Ef ég væri örvæntingarfull og finndist salan aldrei vera næg, myndi sú orka bara fæla fólk frá. Fólk skynjar ómeðvitað þessa þakklætisorku og líður vel í henni og langar að taka hana með sér heim. Það verður kannski til þess að það leitar að einhverju sem það langar til að kaupa.

Ég þakka Alheiminum reglulega fyrir að selja bækurnar mínar og finn að þegar ég er dugleg að þakka honum fyrir, seljast fleiri bækur.

Eftir skilnaðinn vildu báðir synir mínir búa hjá pabba sínum. Þeir voru orðnir stálpaðir og annar taldi sig ekki þurfa á mömmu að halda og hinn vildi bara hitta mig ef ég borgaði eitthvað fyrir hann. Ég var einmana, því í stað þess að vera hluti af fjölskyldu með hund, bjó ég nú allt í alein og án vinnu. Ég saknaði sona minna og hundsins og fannst ég þurfa að hitta einhvern á hverjum degi, annars myndi ég deyja úr einmanaleika.

En úr því synir mínir vildu hvort sem er ekki hitta mig og ég átti ekki lengur rétt á atvinnuleysisbótum, ákvað ég að fara á flakk. Ég ætlaði aldrei að koma aftur heim, en óskaði þess heitt að eiga betra samband við synina.

Alheimurinn fann leiðir til að bæta samband okkar þótt við værum ekki í sama landi. Þeir komu út að hitta mig og þegar ég kom heim bjó ég hjá þeim. Í raun stórbatnaði samband okkar með því að fara út og eftir því sem ég hitti þá oftar, skipti ég úr að óska mér, yfir í þakklæti til Alheimsins fyrir hjálpina við að finna leiðir til að við gætum verið saman. Nú er sambandið alveg ljómandi gott.

Þakklæti er eins og smurning sem lætur allt virkar betur.

Þegar maður er þakklátur er heldur ekki hægt að vera einmana, því þakklætið fyllir okkur af kærleiksorku alheimsins.

Í hvert sinn sem ég man eftir að gera eitthvað mikilvægt þakka ég fyrir að muna það. Hvort sem það eru andlegu leiðbeinendur mínir sem koma hugmyndinni í kollinn á mér, englar eða einhver annar ósýnilegur kraftur skiptir ekki máli, aðalatriðið er að þegar ég þakka fyrir heldur það áfram að koma.

Ég þakka fyrir að finna stæði. Ég þakka fyrir ef hættir að rigna einmitt þegar ég fer út. Ég þakka fyrir hjálpina við að selja bækurnar. Ég þakka fyrir hverja einustu krónu sem kemur inn. Ég þakka fyrir hverja hugmynd sem gæti gert mér kleift að lifa af bókaskrifum. Ég þakka fyrir þegar ég finn búð sem selur uppáhalds grænmetisbuffin mín.

Orkan sem fylgir þakklæti dregur annað fólk að. Ég er viss um að þú þekkir manneskju sem þú elskar að vera nálægt því hún er svo jákvæð og uppbyggjandi. Líklega er hún afar þakklát fyrir lífið.

Það tekur tíma að hífa sig upp í tíðni. Byrjaðu smátt og auktu það eins og þér hentar. Þakkaðu fyrir allt sem þú hefur og allt sem þig langar í, eins og þú hafir það nú þegar. Í staðinn fyrir að fyllast gremju í hvert sinn sem þú sest í gamla bílinn, taktu þá um stýrið og þakkaðu fyrir hversu þessi frábæri bíll endist þér vel.

Þakkaðu englunum eða Alheiminum fyrir að passa húsið þitt á hverjum degi þegar þú ferð út. Þakkaðu þeim fyrir að passa bílinn þar sem þú skilur hann eftir í stæði niðri í bæ eða fyrir utan heima hjá þér. Þakkaðu Alheiminum fyrir að koma þér, öllum farþegum og bílnum heilum heim. Þakkaðu þeim fyrir að passa börnin þín í skólanum. Þakkaðu Alheiminum fyrir að hjálpa þeim að eignast vini, ef þeim er vinavant.

Listinn er óendanlegur. Þú þarft ekki að gefa þér ákveðinn tíma á hverjum degi til að fara með einhverja þakkarrullu. Notaðu bara tímann þar sem þú ert að vaska upp eða sópa gólfið. Eða labba út í bíl eða bíða eftir krökkunum þínum. Eða situr á biðstofunni á heilsugæslunni.

Ef þú ert full þakklætis, verður heimurinn svo yndislega meiriháttar. Sem leiðir okkur að næsta og jafnframt síðasta lögmálinu, *Hið innra eins og hið ytra.*

21.

Hið innra eins og hið ytra

Heimurinn speglar alltaf innra ástand okkar. Ef við erum gröm, erum við alltaf að lenda í gremjulegum aðstæðum. Ef við neitum að fyrirgefa, lendum við í fleiri aðstæðum þar sem okkar er að fyrirgefa. Ef við erum hamingjusöm, er allur heimurinn eitthvað svo frábær.

En við getum líka nýtt þetta til að skapa eigið líf. Þegar við erum búin að hreinsa vel út og lífið er ekki stanslaust að senda okkur mótlæti eða verkefni til að læra af, þá er kjörið að nýta lögmálið í hina áttina. Vera fyrri til að skapa kjöraðstæður, í stað þess að bregðast alltaf við óvinveittum aðstæðum.

Við erum hluti af alheimskærleiknum og þar með skaparanum. Sem slík getum við líka skapað. Við erum skaparar.

Til að geta skapað eitthvað eftirsóknarvert þurfum við að sjálfsögðu að vera á þeirri tíðni. Þótt við gerum okkur kannski ekki grein fyrir því, leynist alltaf eitthvað undir yfirborðinu sem hægt er að hreinsa út. Því meira sem við hreinsum því minna dregur okkur niður í tíðni og því auðveldara er að öðlast það sem við þráum.

Segjum til dæmis að okkur langi að verða hamingjusamari. Ef við erum alltaf að bíða eftir því að eitthvað gerist til að verða hamingjusöm, þá verður hamingjan skammvinn þegar við loksins öðlumst hið langþráða. Þótt við fáum draumastarfið, verður það ekki jafn frábært og við héldum, því það er enn eitthvað tómarúm innra með okkur.

Þá finnum við eitthvað annað til að dreyma um, fullviss um að hamingjan komi þegar því er náð. En þá verður það bara sama sagan. Ytri aðstæður skipta ekki máli, því hamingjan býr innra með okkur.

Allt sem við þurfum er innra með okkur.
Allt sem við viljum er innra með okkur.
Við þurfum bara að tengjast því.

Þetta innra tómarúm, sem við reynum að fylla utanfrá með alls konar dóti og draumum, er eins og dimmt hol í miðju húsi. Allt í kringum holið eru dyr sem eru lokaðar, þar til við ákveðum að opna þær og hleypa ljósi inn í holið.

Á bak við hverja hurð er eitthvað frábært. Á bak við eina þeirra er til dæmis herbergi fullt af hamingju og ef við opnum dyrnar streymir hamingjan inn í holið og fyllir það af ljósi og gleði. Við þurfum ekki að bíða eftir að öðlast neitt, því við höfum nú þegar herbergi fullt af hamingju. Þess vegna er ráð að opna þessar fyrstu dyr og hleypa hamingjunni inn í líf okkar.

Á bak við aðrar dyr er herbergi fullt af þakklæti. Þegar við opnum dyrnar flæðir þakklætisljósið inn í holið og okkur verður ljóst hversu mikið við höfum til að vera þakklát fyrir. Því meira sem við þökkum meðvitað fyrir, því betur haldast þær opnar og ljósið nær að lýsa upp dimma holið.

Á bak við þriðju dyrnar er velgengni. Þegar við opnum dyrnar þurfum við ekki að velta okkur upp úr því sem „mistókst", því það verður ekkert til sem heitir mistök. Allt hefur tilgang og vondar hugmyndir leiða af sér betri hugmyndir. Slæmar ákvarðanir gefa okkur dýrmæta reynslu og þekkingu. Allt er eins og það á að vera og ef eitthvað gengur ekki eins og við hugsuðum okkur, er það allt í lagi, því eitthvað enn betra kemur.

Áður minntist ég á að til að draga til mín meiri velgengni, fannst mér frekar máttlaust að segja „ég nýt velgengni" og ákvað í staðinn að segja „ég er velgengni." Við *erum* velgengni, því innra með okkur er heilt herbergi fullt af velgengni. Þegar við segjum þessa staðhæfingu, opnum við dyrnar og leyfum velgengninni að flæða inn í holið og skapa líf okkar.

Fjórðu dyrnar liggja að allsnægtarherberginu. Í stað þess að hugsa að okkur vanti betri heilsu, fleiri tækifæri, meiri peninga, vini eða velmegun í hvað formi sem er, er ráð að opna dyrnar og hleypa allsnægtarljósinu inn í holið. Njóta þess sem við höfum nú þegar, í stað þess að einblína á það sem okkur skortir.

Einu sinni var ég í mjög áferðarfallegu starfi þar sem ég hafði tækifæri til að vera í fínum fötum og líta vel út. En launin voru ömurleg, meðal annars vegna þess að ég fékk háskólanámið ekki metið, auk þess að mér leið ekki vel í vinnunni af ýmsum ástæðum. Svo ég spurði sjálfa mig: „Hvaða laun mundi ég þurfa að hafa til að vilja vera áfram?" Þegar ég var komin upp í tvær milljónir án þess að hafa minnstu löngun til að vinna þarna áfram, ákvað ég að segja upp.

Peningar geta nefnilega aldrei fært okkur hamingju og jafnvel þótt fólk sé moldríkt er ekkert víst að það sé sátt við það sem það hefur. Sumum finnst þeir alltaf þurfa meira, sama hversu mikið þeir hafa og þora ekki að eyða neinu, því þeir eru svo hræddir um að verða fátækir. Peningar eru orka og ef við sitjum á orkunni staðnar hún og þjónar okkur ekki.

Ég breytti hugsunarhættinum og viðhorfinu og í stað þess að vorkenna mér fyrir að *neyðast* til að fá mér leiðinlegt starf, fór ég þylja upp staðhæfingar, eins og „ég er velgengni", „ég er allsnægtir" og „ég er kærleikur".

Í stað þess að hugsa að ég gæti ekki lifað af bókaskrifum, sagði ég meðvitað í huganum að Alheimurinn sæi til þess að ég gæti lifað góðu lífi og skrifað bækur.

Ég sagði líka að ef það væri eitthvað starf þarna úti sem hentaði mér, þá kæmi það til mín. Einn daginn fékk ég svo símtal og mér boðið hlutastarf í annarri verslun sem vatt svo upp á sig og varð að fullu starfi þar sem ég virkilega blómstra. Ég hefði aldrei trúað því að nokkuð starf annað en bókaskrif myndi eiga svo vel við mig.

Í stað þess að hugsa að það væri svo erfitt að komast að á fjölmiðlum til að kynna bækurnar, hugsaði ég markvisst og meðvitað að blaðamenn kæmu til mín. Í nýja starfinu var búið að ákveða fjölmiðlaumfjallanir fyrir jólin og ég að sjálfsögðu sett í að undirbúa þær. Blaðamaðurinn beinlínis bað mig um hvert viðtalið á fætur öðru.

En svona gerist þegar við nýtum lögmálin meðvitað til að skapa framtíðina. Þegar ég trúði því að öll störf væru leiðinleg, var það þannig. Þegar ég opnaði á möguleikana og trúði á kraftaverk, kom starfið til mín.

Á bak við fimmtu dyrnar er herbergi fullt af guðlegri ást. Ef okkur finnst við skorta ást þurfum við aðeins að opna dyrnar og leyfa ástinni að flæða inn í holið. Stundum opnum við örlitla rifu, eins og þegar við verðum ástfangin, en um leið og manneskjan hættir að vera ástfangin af okkur, skellum við aftur í lás. Ástarsorg tengist því að finnast við lítið eftirsóknarverð og ekki verðskulda ást.

Staðreyndin er að við þurfum ekki að vera ástfangin til að finna ást og það er ekki annarra að ákveða hvort við verðskuldum ást. Alveg eins og aðrir geta ekki fært okkur hamingju, geta aðrir ekki fært okkur ást. Hún kemur aðeins innan frá.

Hið góða er, að þegar við elskum okkur sjálf, skiptir ekki máli hvort aðrir elski okkur eða ekki. Auðvitað elska okkur allir á sálarstigi, þótt þrjóska og ýmsar kenndir persónuleikans komi í veg fyrir að þeir láti það í ljós. Um leið og við lyftum okkur upp á sálarstig, finnum við hvað við erum umvafin ást. Við erum kærleikur.

Á bak við þær sjöttu er tilfinningin að tilheyra, vera samþykkt og velkomin. Innra samþykki er það eina sem getur fært þér vissu um að við þú sért samþykkt. Það er alveg sama hvort þú klæðist eins og hópurinn þinn, hvaða mat þú borðar, hvort þú sért íturvaxin eða mjó, hvernig bíl þú eigir eða hvort þú ferðist á hjóli, aðrir geta aldrei fært þér vissuna um að þú sért í lagi. Þú þarft alltaf að opna dyrnar og leyfa innra samþykki að streyma fram í holið.

Sjöundu dyrnar liggja að félagsheimilinu innra með þér svo þú þarft aldrei að vera einmana. Nú hugsar þú kannski, hvernig í ósköpunum virkar það? Mun heill hópur af fólki spretta fram þegar dyrnar eru opnaðar? Kannski ekki alveg, en þegar við opnum áttundu dyrnar flæðir alheimskærleikurinn inn í holið. Við erum aldrei ein. Guð (eða hvaða heiti sem við notum) er alltaf í stuði til að vera með okkur.

Þessi mynd með myrka holið og allar dyrnar í kring kom til mín þar sem ég var að skrifa þetta. Örfáum dögum síðar var ég eitthvað svo einmana, alein í íbúðinni minni. Ákvað ég þá að prófa að opna dyrnar inn í þetta herbergi, hugsaði bara að þetta væri andstæðan við einmanaleika, hvað sem það væri. Umsvifalaust hætti ég að vera einmana og fann hvernig tómatilfinningin innra með mér hvarf. Ég sagði svona í gamni: „Jæja Guð, hvað eigum við að gera skemmtilegt?" Og umsvifalaust laust niður í huga mér hvað gaman væri að gera.

Einmanaleiki er einmitt tækifæri til að finna út hvað okkur sjálfum finnst skemmtilegt að gera. Vissulega er alltaf gaman að hitta vini, en það er nauðsynlegt að geta verið einn. Einmanakennd er svo sár tilfinning að það er nauðsynlegt að kunna að opna þessar dyr til að losna við hana. Enginn þarf að vera einmana eða ástlaus, því allt er innra með okkur öllum.

Á bak við áttundu dyrnar er herbergi fullt af gleði. Það er svo skemmtilegt hvernig þetta virkar. Í hvert sinn sem ég hugsa til þessa herbergis get ég ekki annað en brosað og jafnvel hlegið að því hvað þetta virkar ótrúlega vel. Bara það að opna á möguleikann, leyfir gleðinni að streyma til okkar.

Auðvitað er erfitt að vera glaður í erfiðum aðstæðum, en ég er að tala um þegar við erum bara í daglega lífinu okkar, eitthvað að stússast. Við höfum alltaf val um hvort við hugsum neikvætt eða jákvætt um lífið.

Í erfiðum aðstæðum er alltaf gott að leita að lærdómnum í aðstæðum. Því fyrr sem við sjáum tækifærin, því fyrr tekst okkur að losna eða komast upp úr hjólfari vonleysis og vonbrigða.

Langveikt barn getur til dæmis kennt okkur afskaplega mikið, þótt það sé hræðilega sárt að sjá barnið sitt þjást. Ofbeldisfullur maki getur kennt okkur að setja mörk og koma okkur úr hættulegum aðstæðum. Standa með sjálfum okkur í stað þess að vera meðvirk með öðrum. Snjóflóð í litlu byggðarlagi getur þjappað íbúum saman og gefið öllum landsmönnum tækifæri til að sameinast í kærleik og samhygð. Jafnvel spilltir ráðherrar og stjórnarmenn gefa landsmönnum tækifæri til að líta í eigin barm og skoða hvað þeir geti gert til að breyta ástandinu. Skoða hvað í samvitund samfélagsins hafi komið þessum einstaklingum í embætti. Ástæðan og lausnin er alltaf hið innra með okkur.

Almættið elskar okkur skilyrðislaust og bara með því að tengja okkur við það, opnum við á ást, félagsskap, vináttu, væntumþykju og allt sem við þráum.

Síðasta herbergið er þessari upptalningu, það níunda, er fullt af virðingu. Virðing kemur líka innan frá. Í annarri bók sagði ég frá manni sem var með þrjár háskólagráður, en þar sem hann fékk aldrei þá fullvissu í æsku að hann væri nógu góður, fannst honum hann hafa svindlað sér í gegnum háskólann. Hverjar eru líkurnar á að einhver svindli sér þar í gegn, ekki bara einu sinni, heldur þrisvar? Engar, held ég.

Öllum öðrum fannst hann meiriháttar og eldklár, en af því hann var ekki tilbúinn til að opna dyrnar að innra samþykki og virðingu, fannst honum hann aldrei vera nógu góður, þrátt fyrir allar gráðurnar.

Þú getur bætt við hurðum og herbergjum eins og þú vilt. Ein hurðin gæti til dæmis verið draumar þínir. Mig langar til dæmis afskaplega mikið að eignast hund og þegar ég skrifa þessar línur á að fara að svæfa Pílu, gömlu Labradortíkina mína. Líf hennar er orðið samfelld þjáning og betra að leyfa henni að fara.

Í blokkinni þar sem ég bý má ekki vera með hunda, en ég gæti haft eitt herbergið innra með mér sem hundaherbergi og þegar ég sakna Pílu minnar, get ég alltaf kallað hana inn í holið, ásamt öllum hundum sem vilja vera með okkur. Þetta eykur líkurnar á ég eignist einhvern tímann annan hund.

Þegar við fyllum innra tómarúmið með góðum tilfinningum og gildum, breytist heimurinn. Hann fer að endurspegla hin nýju gildi. Fólk verður kærleiksríkara við okkur, því frá okkur streymir ást. Störf og tækifæri koma til okkar í stað þess að við þurfum að leita eftir þeim. Peningar verða ekki vandamál lengur því Alheimurinn færir okkur allt sem við þurfum.

Fólk sækist í félagsskap okkar, í stað þess að við upplifum okkur ein í heiminum. Aðrir sýna okkur meiri virðingu, því við sýnum okkur sjálfum meiri virðingu.

Hér eru staðhæfingarnar ef þú vilt nýta þér þær:

Ég er hamingja
Ég er kærleikur
Ég er þakklæti
Ég er velgengni
Ég er allsnægtir
Ég er samþykki og frábær eins og ég er.
Ég er félagsskapur
Ég er skilningur
Ég er virðing
Ég er að gera mitt besta

Samstilling örlaganna

Það sem okkur er ætlað, mun finna leiðina til okkar og það sem ekki er okkur ætlað, mun finna leiðina framhjá. Þess vegna getum við treyst því að Alheimurinn hagræði öllu þannig að við fáum það sem okkur er ætlað. Á ensku kallast það *synchro destiny* og myndi útleggjast *samstilling örlaganna*.

Hefur þú ekki upplifað að hlutirnir einhvern veginn röðuðust upp þannig að eitthvað gerðist eða að þú fórst í ákveðna átt sem átti síðan jafnvel eftir að breyta lífi þínu? Það er nákvæmlega örlagasamstilling.

Það er óþarfi að eltast við ástina. Rétti makinn kemur til þín þegar tíminn er réttur. Ég er löngu hætt að leita að ást og treysti því að Alheimurinn sendi mér rétta manninn. Síðast var það einmitt þannig, maðurinn kom og settist í sætið við hliðina á mér. Áður en hann var sendur til mín var ég sannfærð um að það væri enginn þarna úti sem hentaði mér, auk þess sem mig langaði ekki í samband, því ég ætlaði að deyja hvort sem var. En þessi maður hentaði mér fullkomlega, því þarna sá ég að til væru menn nákvæmlega eins og ég vildi.

Þegar hann var svo ekki tilbúinn í samband, vissi ég upp á mig sökina og gat leiðrétt viðhorf mitt.

Þegar ég var við stjórnina og ætlaði að fá mér leiðinlegt starf, kom ekkert þótt ég sækti um hundrað störf. En um leið og ég sleppti og sagði að ef eitthvað starf þarna úti hentaði mér, kæmi það til mín, þá var það nákvæmlega það sem gerðist. Tvisvar.

Þegar við leyfum Alheiminum að vera við stjórn og stilla örlögunum saman, fara kraftaverkin og töfrarnir að gerast. Hið ómögulega verður mögulegt.

Við höfum öll einhvern æðri tilgang með verunni hér. Um leið og þú sleppir tökunum, kemur leiðsögnin. Leyfðu Alheiminum að sýna þér hvað hann er frábær. Leyfðu honum að sýna þér hvað hann getur gert.

Lokaorð

Margir muna kannski eftir umræðunni þegar nær dró árinu 2012 og hið forna Maja dagatal endaði. Sumir héldu því fram að þetta yrði heimsendir, að nýtt tímatal væri að hefjast og ný jörð myndi fæðast úr rústum hinnar gömlu.

Aðrir sögðu að jörðin myndi skiptast í tvennt, annars vegar milli þeirra sem náð höfðu ákveðnum andlegum þroska og svo hinna, sem ennþá voru sofandi og neituðu að opna á hugmyndina um æðri tilgang með lífinu eða æðri mátt. Þeir sem náð höfðu vissum andlegum þroska myndu færast upp í fimmtu víddina með uppstiginni jörðu, þar sem lífið yrði dásamlegt og gott. Þeir sem voru svo óheppnir að hafa ekki opnað andlegu augun fyrir árið 2012 voru dæmdir til að vera áfram í þriðju víddinni, þar sem hið illa heldur áfram að skora hið góða á hólm.

Mér fannst þessi seinni hugmynd minna óþyrmilega á mörg trúarbrögð, þar sem þeir sem trúa á réttan guð fara til himnaríkis en hinir sem ekki eru svo heppnir fara til helvítis, svo ég gat ekki trúað þessu. Fyrir almættinu eru allir jafnir og þó svo einhverjir trúi ekki á líf eftir dauðann eða engla í þessu lífi, er ekki þar með sagt að þeir séu dæmdir til að sitja eftir á stríðshrjáðri jörðu.

Ég var hugsa um þessa kenningu einn daginn og þá kom svarið til mín. Jörðin hafði kannski ekki skipst í tvennt, en það var hægt að velja veruleikann sem maður dvelur í.

Sumarið 2017 bjó ég í Istanbúl. Erdogan forseti var að sækja í sig veðrið með aukinni áherslu á trúrækni við mikla andspyrnu helmings þjóðarinnar. Þjóðin skiptist í raun í tvennt. Annars vegar voru það þeir sem vildu aðskilja ríki og trúarbrögð, fögnuðu vestrænum áhrifum og klæddu sig á vestrænan máta. Hins vegar voru það hinir trúræknu sem sóttu reglulega moskur, vildu fylgja Sharia lögum og klæddu sig að múslimahætti.

Fyrir utanaðkomandi var þetta einungis áberandi hjá konunum því karlarnir voru eins klæddir í báðum fylkingum. En þarna gengu konurnar eftir sömu stígunum, ýmist í stuttbuxum og hlírabolum eða síðum kuflum með hulið hár, eftir því hvorri fylkingunni þær tilheyrðu. Þær mættust kannski, en litu ekki hvor á aðra. Það var eins og þarna væru tveir heimar, á sama staðnum, á sama tíma, en sáu ekki hvorn annan.

Þannig, kom til mín, er þetta núna hjá okkur. Þeir sem trúa því að heimurinn sé góður ganga eftir sömu gangstéttunum og þeir sem trúa því að heimurinn sé illur. Við verslum á sömu stöðum, förum í sömu ræktina og tökum sömu strætisvagnana. Þótt klæðaburðurinn sé ekki jafn áberandi ólíkur eins og þarna í Istanbúl og kannski ekki jafn auðvelt að sjá hver tilheyrir hvaða heimi, er þetta samt málið. Auðvitað flökkum við á milli eftir því sem við hugsum. Eina stundina erum við bjartsýn og trúum því að heimurinn sé fullkominn, þá næstu kemur eitthvað upp á og við missum trúna.

Markmiðið hlýtur að vera að halda sér sífellt lengur í hærri vídd, æfa sig þar til tekst að halda sér þar mestallan tímann. Auðvitað hefur lífið alltaf gaman af því að prófa okkur og sjá hvort okkur takist að halda okkur uppi þegar á móti blæs. Ef okkur tekst að komast í gegnum léttar þrautir, fáum við þyngri verkefni til að spreyta okkur á.

Þegar ég var að vinna bókina rakst ég á skrif um brot gegn lögmálunum og refsingar sem af því hlytu, sem mér fannst engan veginn rétt. Það er ekki hægt að brjóta alheimslögmálin. Þetta eru ekki „rétt eða rangt" reglur.

Lífið er skóli, þar sem við byrjum öll á grunninum. Kannski þarftu að taka sama bekk aftur ef þú fellur, en þú verður aldrei settur í skammarkrókinn eða hýddur. Enginn býst við því að sex ára barn kunni algebru eða að færa sönnur fyrir flóknum stærðfræðidæmum. Á sama hátt býst enginn við að við kunnum lögmálin fyrr en við erum komin frekar langt í náminu.

Það er ekkert rétt eða rangt. Þó svo að einhver þekki ekki *Lögmálið um guðlega einingu* og skaði einhvern og drepi jafnvel, þá mun *Lögmál orsaka og afleiðinga* gefa honum tækifæri til að bæta fyrir það. *Lögmálið um samsvörun* og *Lögmál aðdráttaraflsins* munu senda okkur þær lexíur sem við þurfum.

Tíðnilögmálið er nokkurs konar flokkunarkerfi, án þess að neitt sé betra en annað og *Andstæðulögmálið* hjálpar okkur að sjá að ekkert er gott eða vont, heldur einungis til að efla skilninginn. *Rytmalögmálið* mun sjá til þess að við fáum stundum frí í skólanum og *Lögmálið um endurgjöf* mun sjá um að við fáum borgað fyrir erfiðið.

Leikurinn hér á jörðinni gengur út á að við höfum frjálst val til að taka ákvarðanir og hegða okkur eins og okkur sýnist. Lögmálin veita okkur aðhald og koma okkur aftur á rétta braut ef við villumst of langt af leið. Lögmálin eru því nokkurs konar umgjörð um hinn frjálsa vilja.

Það eru samt ákveðnir hlutir sem við veljum áður en við fæðumst. Lífið er eins og heimsreisa þar sem við erum búin að ákveða fyrsta flugið og síðasta flugið og nokkra leggi í byrjun, en hvað við gerum á hverjum stað er algjörlega undir okkur sjálfum komið.

Við veljum fyrst hvaða stóru lexíu við viljum vinna með í lífinu. Þá veljum aðstæðurnar sem henta best, bæði uppeldisaðstæður og umhverfi, til að takast á við þessa lexíu. Með þetta í huga veljum við fjölskylduna sem við fæðumst hjá og þar með landið, umhverfið, tækifærin og genin.

Það skiptir miklu máli hvaða gen við fáum, því þau stjórna upplaginu, geðslaginu og oft hæfileikum. Þess vegna velja sálir stundum að eiga aðra blóðforeldra en þá sem ala þær upp, því það gerir leikinn erfiðari.

Oft byrjar stóra lexían strax í æsku. Til dæmis gætum við valið að vinna með vanmetakennd, höfnun, græðgi, fíkn eða þrælsótta og veljum okkur foreldra eða samfélög sem spegla þessar tilfinningar.

Við bjóðum sálum barnanna að fæðast hjá okkur og ákveðið er með hverjum. Þess vegna dragast sumir einstaklingar saman þrátt fyrir að vera mjög ólíkir. Sálirnar velja okkur af sínum eigin ástæðum, bæði vegna genanna, en líka til að læra lexíur, fá ákveðna innrætingu í uppeldinu eða vinna með karma. Sumar sálir koma í stuttan tíma og aðrar í langan. Við sem sálir gætum viljað upplifa barnsmissi og því paráð okkur við sál sem vill lifa stutt, jafnvel bara á fósturskeiði. Allt er eins og það á að vera.

Við erum búin að velja ákveðinn dauðdaga, en þar er samt sem áður nokkuð svigrúm. Áður en við fæðumst velur sálin alls kyns erfiðleika og karma til að leysa upp. Við sem sálir viljum ólmar klára sem mest í hverju lífi og stundum færumst við jafnvel of mikið í fang, því við reiknum með að við verðum jafn sterkar sem manneskjur eins og við erum sem sálir. Ef við kiknum undan mótlætinu, getur sálin ákveðið að fara fyrr og setur þá af stað sjúkdóm, eins og ég ætlaði að gera þegar ég var í tilvistarkreppunni.

Sálin gæti líka valið sjúkdóm sem á að fá okkur til að vakna til andlegrar vitundar, jafnvel með þeim möguleika að komast yfir hann með sjálfsvinnu og heilun. Annað hvort tekst það eða við veljum frekar að deyja en að víkja frá þröngsýni og trúleysi. Og það er bara allt í lagi.

Stundum tekst sálin á hendur stór verkefni sem við guggnum svo á þegar út í lífið er komið og veljum aðra leið og það er líka allt í lagi.

Allt annað er frjáls vilji. Við höfum frjálsan vilja til að halda í reiði og gremju eins lengi og okkur lystir. Eða valið að fyrirgefa og hreinsa út tilfinningarnar. Við getum nýtt tækifærin sem okkur gefast, eða setið heima, örugg í þægindahringnum. Við getum leitast við að hækka tíðnina eða ekki.

Til að tilveran verði farsæl er nauðsynlegt að hafa jákvætt viðhorf til lífsins. Þetta vitum við ósköp vel en þar sem allt gengur í bylgjum, geta komið tímabil þegar við dettum í sjálfsvorkunn og efasemdir um lífið og okkur sjálf.

Þrátt fyrir efasemdir fer heimurinn batnandi. Framboð og eftirspurn eftir mannbætandi fræðsluefni og námskeiðum er besti vitnisburðurinn um það. Þó svo fréttir og fjölmiðlar ríghaldi í gamla þrívíddarheiminn og halda að ekkert sé fréttnæmt nema það kveiki á óttatilfinningum, gremju eða skömm, er það enginn mælikvarði á hvernig okkur gengur sem mannkyn. Ég tel að sífellt færri hlusti á fréttir og velji að lesa frekar eða hlusta á eitthvað uppbyggilegt.

Andlega þróun mannsins má mæla á vog. Fyrst eru bara örfáir sem sjá ljósið og hoppa yfir á hina vogarskálina. En vogin hreyfist ekki einu sinni því þetta er svo lítið brotabrot af mannkyninu. Það er ekki fyrr en miklu stærri hluti mannkynsins hefur hoppað yfir, að vogarskálarnar byrja að bærast.

Þá verða þeir sem eftir sitja óöruggir og hræddir og reyna að aftra fleira fólki frá að hoppa yfir. Þetta skapar átök og jafnvel illindi, þar til meirihlutinn hefur hoppað yfir. Þá er þetta bara spurning um hvenær síðustu eftirlegukindurnar hoppa yfir líka. Þess vegna má segja að þegar farið er að deila um andleg málefni opinberlega, má álykta að nægilega margir hafi hoppað yfir til að gera þá sem eftir sitja óörugga um stöðu sína.

Lífið er leikur og því jákvæðari sem við erum því skemmtilegri verður tilveran. Þegar ég byrjaði að skrifa þessa bók var ég fyrst með titilinn *Lífið er gott* í huga. Þetta var titillinn sem ég hafði vaknað með og var sjálf svo langt niðri að þetta var eins jákvætt og ég gat hugsað mér. Ég hélt dauðahaldi í þessa staðhæfingu og þuldi hana reglulega til að lyfta mér upp úr depurðinni og vonleysinu og minna mig á að lífið væri í rauninni gott og tækifærin væru þarna úti.

Eftir því sem ég skrifaði meira og lífið sendi mér nýja hlutastarfið og ég fór að njóta mín betur, varð ég bjartsýnni. Einn daginn var ég að vinna í búðinni og heyri út undan mér hvar viðskiptavinur kemur úr næstu búð og segir „Lífið er yndislegt!"

Og ég hugsaði: „Já einmitt, lífið ER yndislegt!"

Mitt faðirvor

*Ef öndvert allt þér gengur
og undan halla fer,
skal sókn í huga hafin
og hún mun bjarga þér.
Við getum eigin ævi
í óskafarveg leitt
og vaxið hverjum vanda,
sé vilja beitt.*

*Þar einn leit naktar auðnir
sér annar blómaskrúð.
Það verður sem þú væntir.
Það vex sem að er hlúð.
Þú rækta rósir vona
í reit þíns hjarta skalt
og búast við því besta
þó blási kalt.*

*Þó örlög öllum væru
á ókunn bókfell skráð,
það næst úr nornahöndum
sem nógu heitt er þráð.
Ég endurtek í anda
þrjú orð við hvert mitt spor:
Fegurð, gleði, friður –
mitt faðirvor.*

Kristján frá Djúpalæk 1916-1994

Made in the USA
Columbia, SC
11 July 2021